AF759421

രമാമേനോൻ

ചരിത്രമുറങ്ങുന്ന കൊടുങ്ങല്ലൂരിലെ പ്രശസ്തമായൊരു നായർ തറവാട്ടിൽ ജനിച്ചു. പരേതനായ ശ്രീ കാവുങ്കൽ ആനാറ്റ് നാരായണമേനോനും പരേതയായ ശ്രീ വടശ്ശേരി തൈപ്പറമ്പിൽ കല്യാണികുട്ടി അമ്മയും ആണ് മാതാപിതാക്കൾ. നാട്ടിൻപുറത്തിന്റെ നന്മകൾ കണ്ടുവളർന്നു. ഗവൺമെന്റ് സ്കൂളിൽനിന്നു എസ്.എസ്.എൽ.സി പാസ്സായി. തൃശ്ശൂർ ശ്രീ കേരളവർമ്മ കോളേജിൽനിന്നും ബിരുദം നേടി. അവിടുത്തെ അധ്യാപകരായിരുന്ന, കെ.പി. നാരായണപിഷാരടി എന്ന ഷാരടി മാഷും, പ്രശസ്ത സാഹിത്യകാരനും നിരൂപകനുമായ കെ. പി. ശങ്കരൻ മാഷും സാഹിത്യാഭിരുചി വളർത്താൻ ഏറെ സഹായിച്ചിട്ടുണ്ട്.

ഭർത്താവ്	:	ശ്രീ.കെ.എ.മേനോൻ
മക്കൾ	:	രാജേഷ്, രാകേഷ്, മേനക
മരുമക്കൾ	:	സുജാത, നിഷ, രാജേഷ്
കൊച്ചുമക്കൾ	:	സുരഭി, റിഷി
വിലാസം	:	205, പഞ്ചമുഖി അപ്പാർട്ട്മെന്റ്, ന്യൂ സമാ റോഡ് ബറോഡ 390024
മൊബൈൽ	:	9327759958

Malayalam Language
Ponkiranangal
(Stories)
by
Rema Menon
♦
Published in September 2022
by Kairali Books Private Limited
Thalikkavu Road, Kannur.
Ph : 0497-2761200
E-Mail : kairalibooksknr@gmail.com
♦
Cover Design
Prasanth Mangad
♦
Illustrations
Smitha K. E.
♦
Printed at
Printing Park, Tly

32/22-23/Sl.No.1337/500/NS 18.6
ISBN 978-93-93397-10-2

പൊൻകിരണങ്ങൾ

രമാമേനോൻ

കൈരളി ബുക്സ്

സമർപ്പണം

എന്റെ സ്നേഹമയിയായ അമ്മ
സ്വർഗ്ഗീയ കല്യാണിക്കുട്ടിഅമ്മക്ക്...

കടപ്പാട്

ആദ്യമായി എന്റെ മാതാപിതാക്കളോടുള്ള ആദരവ് ഞാൻ രേഖപ്പെടുത്തട്ടെ. ചുറ്റുപാടുകളിൽ നിന്ന് മനസ്സിലേയ്ക്കെത്തിയ ആശയങ്ങളെ അക്ഷരരൂപത്തിലാക്കാനുള്ള ഊർജ്ജം പകർന്ന ഗുരുനാഥന്മാരോട് എനിക്ക് കടപ്പാടുണ്ട്.

ഉള്ളിൽ ഉറങ്ങിയിരുന്ന എന്റെ സാഹിത്യവാസനയെ തട്ടിയുണർത്തി, എന്തെങ്കിലും എഴുതൂ എന്ന് എപ്പോഴും പ്രോത്സാഹിപ്പിച്ചിരുന്ന എന്റെ മൂത്തമകൻ രാജേഷിനോടും എന്റെ ഷെൽഫിൽ വിശ്രമിച്ചിരുന്ന എഴുത്തുകളെ പുസ്തകരൂപത്തിലാക്കി പ്രസിദ്ധീകരിക്കാൻ വേണ്ടതെല്ലാം ചെയ്തുതന്ന എന്റെ മകൻ രാകേഷിനോടും എനിക്കുള്ള നന്ദിയും സ്നേഹവും നിസ്സീമമാണ്. എന്റെ എല്ലാ പ്രവർത്തനങ്ങൾക്കും എപ്പോഴും പിന്തുണ നൽകുന്ന എന്റെ മകൾ മേനകയോടും എനിക്ക് നന്ദിയുണ്ട്. കൂടാതെ എനിയ്ക്ക് പ്രോത്സാഹനം തന്നുകൊണ്ടിരുന്ന എന്റെ മരുമക്കളായ സുജാത, നിഷ, രാജേഷ് എന്നിവരോടും കൊച്ചുമക്കളായ സുരഭി, റിഷി എന്നിവരോടും ഞാൻ കടപ്പെട്ടിരിക്കുന്നു.

ഞങ്ങളുടെ എല്ലാം ശക്തിസ്രോതസ്സായ എന്റെ ഭർത്താവ് ശ്രീ. കെ.എ. മേനോനോടും കൃതജ്ഞത രേഖപ്പെടുത്തുന്നു.

രമാമേനോൻ

ഉള്ളടക്കം

അടിയറവ്

ഈ പെണ്ണിനെന്തുപറ്റി? കുറേനേരമായല്ലോ അങ്ങോട്ടുമിങ്ങോട്ടും പരക്കം പായുന്നു. മുറിയിൽവന്ന് എന്നോടെന്തെങ്കിലും പറയും. ഉടനെ പായും പുറത്തേക്ക്. വീട്ടിലാകെ തിക്കും തിരക്കും കാണുന്നുണ്ട്. വാതിൽപ്പുറത്ത് ആളനക്കം കാണുന്നതല്ലാതെ വിശേഷങ്ങളൊന്നും ഇങ്ങോട്ടേക്കെത്തുകയില്ല. കാർത്തു ഭക്ഷണവുമായി മൂന്നുനേരം ഹാജരാകും. ബാക്കി കാര്യങ്ങൾക്കു തുണയായി സദാ ഈ പെണ്ണ് മീനുവും ഉണ്ട്. അവൾക്ക് എന്റെ മകൻ രണ്ടായിരം രൂപ കൊടുക്കുമത്രെ. എന്നെ നന്നായി നോക്കാൻ വേണ്ടി. ഞാൻ നന്നായി നോക്കി വളർത്തിയ രണ്ടുമക്കൾ എനിക്കുണ്ട്. സുധിയും വിനുവും. ഓർത്തപ്പോൾ മാധവിയമ്മയ്ക്ക് ഉറക്കെ ചിരിക്കാൻ തോന്നി.

ഒച്ച കേട്ടാവും മീനു ഓടിവന്നു.

'അമ്മ വിളിച്ചോ...?'

അവൾ നല്ലവളാണ്. സന്തതസഹചാരിയായി എപ്പോഴും എന്റെ കൂടെ ഉണ്ടാകും. വർത്തമാനങ്ങളും വിശേഷങ്ങളും കൈമാറുന്നത് അവളാണ്. ഇന്നു നടക്കുന്ന പിറന്നാളാഘോഷങ്ങളെപ്പറ്റിയും അവളാണ് പറഞ്ഞത്.

വിനുവിന്റെ ഉഷമോളുടെ പിറന്നാളാത്രേ. വല്യവല്യ ആൾക്കാരൊക്കെ വരുന്നുണ്ടത്രേ.

വർഷങ്ങൾക്കുമുമ്പ് ഉഷ ജനിച്ചപ്പോൾ സ്വന്തം നാളിൽ പിറന്ന കുഞ്ഞ് എന്ന നിലയിൽ അളവില്ലാതെ സ്നേഹിച്ചു. മകനും 'അമ്മയുടെ പിൻഗാമി'യെന്നു പറഞ്ഞ് എന്റെ ബലഹീനത വേണ്ടതിലധികം മുതലെടുത്തു.

സുധിയും ഭാര്യയും ഇവിടെ ഉള്ളപ്പോൾ എനിക്കു വളരെ ആശ്വാസമായിരുന്നു. വിനുവിന്റെ കുടുംബവും കൂടിയായപ്പോൾ ആകെ

പ്രശ്നങ്ങളായി.പുരയിടങ്ങളും ദൂരെയുള്ള പാടങ്ങളും ഒക്കെ വേണ്ട പോലെ നോക്കിനടത്തിയിരുന്നത് സുധിയാണ്. ആണ്ടോടാണ്ട് ചെലവിനുള്ള നെല്ലുംപണവും ഒക്കെ അവനുണ്ടാക്കിയിരുന്നു. പിന്നെ, പിന്നെ വിനു ഇതിലെല്ലാം ഇടപെടാനും ചേട്ടനെ കുറ്റപ്പെടുത്താനുമൊക്കെ തുടങ്ങി. സഹികെട്ട് അവൻ എല്ലാംകൂടി ഇട്ടെറിഞ്ഞ് ഇവിടം വിട്ടുപോയി.

'അമ്മ എന്റകൂടെ പോന്നോളൂ. ഞാൻ നോക്കിക്കൊള്ളാം' എന്ന് അവൻ വിളിച്ചതായിരുന്നു. തറവാട് വിട്ടുപോകാൻ അന്നെനിക്കു തോന്നിയില്ല. വിനുവിന്റെ കുതന്ത്രങ്ങളെപ്പറ്റിയൊന്നും സ്വപ്നേപി ഞാൻ ചിന്തിച്ചതുമില്ല. സ്വന്തം ഭരണമായതോടെ പഴയ ചിട്ടകളൊക്കെ അവൻ മാറ്റി. മെല്ലെമെല്ലെ എന്റെ അധികാരങ്ങളും അവൻ ഏറ്റെടുത്തു. ഞാനീമുറിയിൽ ഒറ്റപ്പെട്ടു. ഒരു റബ്ബർസ്റ്റാമ്പുപോലെ.

പതിവുപോലെ തുളസിത്തറക്കും പാമ്പിൻകാവിലും ഒക്കെ വിളക്കു വയ്ക്കാനും പറമ്പിനുചുറ്റും നടന്ന് കിഴക്കേ കോണിലെ കുടുംബക്ഷേത്രത്തിൽ ദീപാരാധനയ്ക്കും ഒന്നും പോകാതായി.

'അമ്മയ്ക്കു വയ്യാതായില്ലേ. എവിടെയെങ്കിലും കാലുതെന്നി വീണാലോ. ഇനി ഇവിടെ ഇരുന്ന് പ്രാർത്ഥിച്ചാൽ മതി' എന്നായി. വയ്യാതായി, എന്നാലും നിത്യപരിശീലനംകൊണ്ട് ഇതെല്ലാം ഞാൻതന്നെ നടത്തിയിരുന്നതാണ്. വിളക്കുവയ്ക്കാൻ വേലക്കാരായാലും മതി എന്നായി.

മീനു ഓടിവന്ന് എത്തിനോക്കിക്കൊണ്ട് പറഞ്ഞു. 'അമ്മച്ചി നേരത്തെ കിടന്നോളൂ. ഞാനിടയ്ക്കുവന്ന് നോക്കിക്കോളാം.'

ഞാൻ ചോദിച്ചു, 'നിനക്കെന്താ ഇത്ര തെരക്ക്? എവിടെ പോകുന്നു?

അവൾ പറഞ്ഞു വിശേഷങ്ങൾ.

ഉഷയുടെ പിറന്നാളിനു കേക്കു മുറിക്കലും അതിഥികൾക്കു വേണ്ടി പാട്ടുകച്ചേരിയും ഒക്കെ നടക്കുകയാണ്. ഏതോ വലിയ പാട്ടുകാരനാണത്രെ. നമ്മുടെ അമ്പലമുറ്റത്ത് വലിയ പന്തൽ ഒക്കെ ഇട്ടിട്ടുണ്ട്. നാട്ടുകാരൊക്കെ എത്തിയിട്ടുണ്ട്. ഞാനും കുറച്ചു കേട്ടിട്ട് വേഗം വരാം. തിരക്കു കൂടിയാൽ അങ്ങെത്തിക്കിട്ടാൻ പ്രയാസമാവും. പോകട്ടെ അമ്മച്ചി എന്നു പറഞ്ഞ് മറുപടിക്കുപോലും കാത്തു നിൽക്കാതെ അവളോടി.

മാധവിയമ്മ ഓർത്തു, അപ്പോൾ ഇന്ന് എന്റെയും പിറന്നാളല്ലേ. എത്രാമത്തെ ആണ്? ഒന്നും ഓർമ്മയില്ല. അദ്ദേഹമുള്ളപ്പോൾ കുടുംബക്ഷേത്രത്തിൽ കേമമായി വിളക്കു കഴിക്കും. എല്ലാവരും ഒത്തു

Smitha

കൂടി ഒരു സദ്യയും. ആ കാലമൊക്കെ പോയിരിക്കുന്നു. ഇങ്ങിനി വരാത്ത വിധത്തിൽ.

ആ ഓർമ്മകൾ അവരെ ഉന്മേഷവതിയാക്കി. ഉള്ളിൽ മോഹമുണർന്നു. ക്ഷേത്രത്തിൽ തൊഴണം. നിത്യാരാധന നടത്തിയിരുന്നതാണ്.

അവർ മെല്ലെ എഴുന്നേറ്റു. കാലുകൾക്ക് ബലക്കുറവനുഭവപ്പെട്ടു. സാവധാനം നടന്ന് വാതിൽക്കലെത്തി. വരാന്തയിലൊന്നും ആരെയും കണ്ടില്ല. ദൂരെ ദീപാലംകൃതമായ പന്തൽ. അമ്പലമുറ്റത്താണ് കച്ചേരി എന്നല്ലേ അവൾ പറഞ്ഞത്. അങ്ങോട്ടു നടക്കുക തന്നെ.

ദേവിയെ കാണാൻ എത്രനാളുകൊണ്ട് കൊതിക്കുന്നതാണ്. എങ്ങുനിന്നോ കിട്ടിയ ശക്തികൊണ്ടെന്നപോലെ അവർ പാഞ്ഞു.

ആൾക്കൂട്ടത്തിനിടയിലൂടെ മുന്നോട്ടു പോകാൻ കഴിയുന്നില്ല. ആരുംതന്നെ തിരിച്ചറിയുന്നുമില്ലല്ലോ ദൈവമേ! ചുറ്റും ആൾക്കാരല്ലാതെ വഴിയൊന്നും കാണാനില്ല.

പെട്ടെന്നൊരു തള്ളൽ. പിന്നിൽനിന്ന് കാൽ നിലത്തുറക്കുന്നില്ല. തല കറങ്ങുന്നതുപോലെ. ദേഹം മുന്നോട്ടു ചായുന്നു. വീഴാതിരിക്കാൻ സർവ്വശക്തിയുമെടുത്ത് കൈ ഉയർത്തിയതു ഓർമ്മയുണ്ട്.

കച്ചേരി തീരുംമുമ്പേ മീനു എഴുന്നേറ്റു. തിരക്കിനുമുമ്പ് വീട്ടിലെത്തണം. അമ്മച്ചി ഒറ്റയ്ക്കല്ലേ. ഉറക്കമായി കാണും. എങ്കിലും അവൾ ഓടിയെത്തി. വാതിൽ തുറന്നുകിടന്നിരുന്നു. ആശങ്കയോടെ അവൾ കട്ടിലിൽ നോക്കി.

അവിടം ശൂന്യമായിരുന്നു.

അദ്ദേഹം എഴുന്നേറ്റില്ല, പിന്നെ ഒരിക്കലും...

പുറത്തു മഴ തകർത്തു പെയ്യുകയാണ്.

ജാനകിയമ്മ ജനൽപ്പടിയിൽ പിടിച്ച് പുറത്തേക്ക് നോക്കി നിൽക്കാൻ തുടങ്ങിയിട്ട് നേരം ഏറെയായി. മകനും മരുമകളും പുറത്തുപോയിരിക്കുകയാണ്. ഗേറ്റ് മലർക്കെ തുറന്നിട്ടിരിക്കുന്നു. വേലക്കാരൻ അപ്പുവിന് ഇതേവരെ അതൊന്ന് അടച്ചിടാനായില്ല. അല്ലെങ്കിൽ അവനെ പറഞ്ഞിട്ടെന്താ കാര്യം. ഞാനൊരാൾ വേണ മല്ലോ ഈ വലിയ വീട്ടിലെ കാര്യങ്ങളെല്ലാം നോക്കിനടത്താൻ. മകൻ ഉണ്ണിക്കിതിനൊന്നും സമയമില്ല. ഈ ജില്ലയുടെ മുഴുവൻ കാര്യങ്ങളും നോക്കിനടത്തേണ്ട ഭരണാധികാരിയാണവൻ. ഒരായിരം ചോദ്യങ്ങളുമായി എന്റെ വിരൽത്തുമ്പിൽ തൂങ്ങിനടന്നിരുന്ന ആ ചെറിയ കുട്ടിയല്ലല്ലോ അവനിപ്പോൾ. അവന്റെ ഭാര്യയ്ക്കും തിര ക്കുതന്നെ. വീട്ടുകാര്യങ്ങൾ നോക്കാൻ അവർക്കും ഇല്ല സമയം. താല്പര്യവുമില്ല. കോളേജ് വിട്ടുവന്നാലും കാണും എഴുത്തുപണി കളും സർക്കീട്ടും സെമിനാറുമൊക്കെ. അല്ല- ഇടയ്ക്ക് അവൾ നട ത്തുന്ന പരീക്ഷണങ്ങളേക്കാൾ എനിക്കിഷ്ടം ജാനുവിന്റെ കഞ്ഞി യും ദോശയുമൊക്കെത്തന്നെ. മകൻ ഉണ്ണാൻ കൈ കഴുകുമ്പോൾ അമ്മയെനോക്കി കുശലം പതിവുണ്ട്. 'അമ്മ എന്തു കഴിച്ചു? മരുന്നു കഴിച്ചല്ലോ? ഇനി ഉറങ്ങിക്കോളൂട്ടോ' എന്നൊക്കെ. പണ്ടും അവ നായിരുന്നല്ലോ എന്റെ ക്ഷേമാന്വേഷകനും സുഹൃത്തുമൊക്കെ.

അച്ഛനെന്നും ബിസിനസ്സായിരുന്നു ഒന്നാം ഭാര്യ, എന്നോടുള്ള സ്നേഹമായിരുന്നു മനസ്സുനിറയെ. അതിൽ തർക്കമില്ല. പക്ഷെ അതു തുറന്നുകാട്ടാൻ അദ്ദേഹം സമയം കണ്ടെത്താറില്ല. മകനു ണ്ടായപ്പോഴെങ്കിലും ഒരു വ്യത്യാസം വരുമെന്നു കരുതി. അദ്ദേഹം ഏറെ ആഹ്ലാദിച്ചു. അവനെ ജീവനുതുല്യം സ്നേഹിച്ചു. പക്ഷേ,

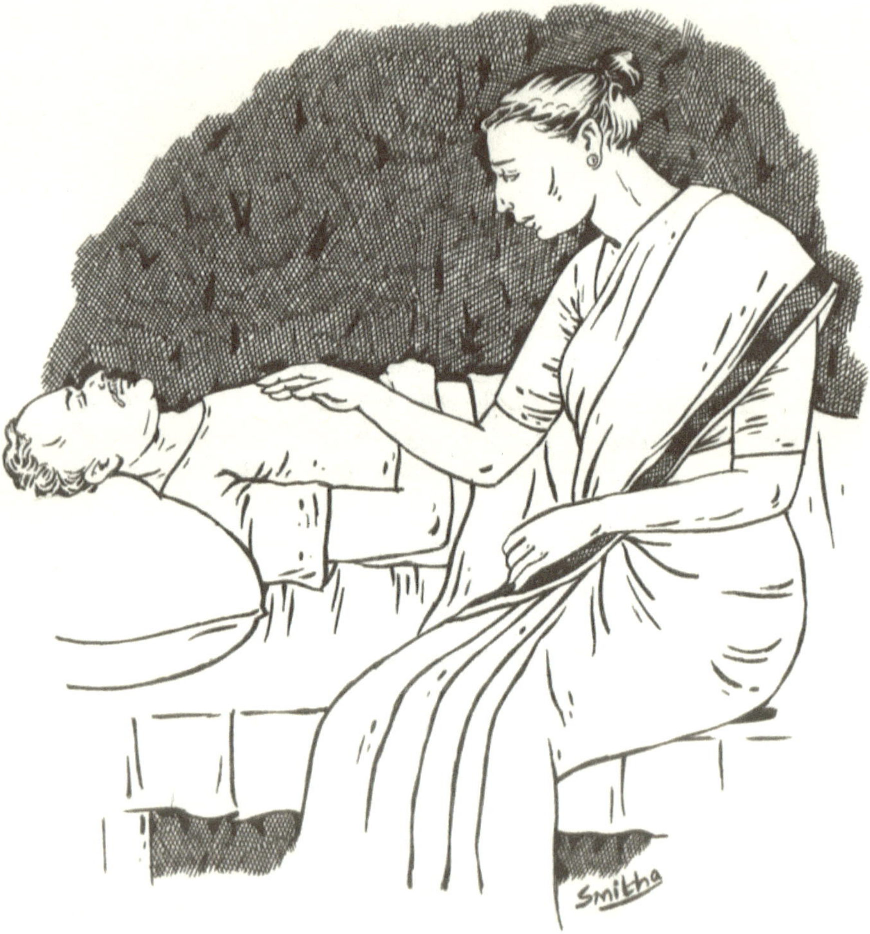
Smitha

അച്ഛന്റെ കൂടെ പങ്കുനൽകി ഓമനിച്ചത് മുത്തച്ഛനായിരുന്നു എന്നു മാത്രം. ഉദ്യോഗജീവിതത്തിൽ ഉയരങ്ങളിൽനിന്ന് ഉയരങ്ങളിലേക്ക് ചേക്കേറുമ്പോൾ കുടുംബത്തിൽനിന്നുള്ള അകലം കൂടുകയായിരുന്നു. അവസരംകിട്ടുമ്പോൾ പരാതികളുടെ പാൻഡോറാസ് ബോക്സ് തന്നെ ഞാൻ തുറക്കാൻ ശ്രമിക്കും. ഉടനെ മയക്കുന്ന ചിരിയോടെ തുടങ്ങും, 'ഞാനിതൊക്കെ ഉണ്ടാക്കുന്നത് ആർക്കുവേണ്ടിയാണ്. നിനക്കും മോനും വേണ്ടി. ഞാൻ ജീവിക്കുന്നതുതന്നെ ആർക്കുവേണ്ടിയാണ്, നിനക്കും മോനും വേണ്ടി.' ഇങ്ങനെ ഓരോന്നു പറഞ്ഞ് എന്നെ പാട്ടിലാക്കാൻ പുള്ളിക്കാരന് നല്ല സാമർത്ഥ്യമായിരുന്നു.

എന്തായാലും വർഷത്തിൽ രണ്ടുദിവസം ഞങ്ങളോടൊപ്പം ഉണ്ടാകണമെന്ന് അദ്ദേഹത്തിന് നിർബന്ധമായിരുന്നു. ഒന്ന് എന്റെ ജന്മദിനത്തിൽ, മറ്റൊന്ന് ഞങ്ങളുടെ വിവാഹവാർഷികദിനത്തിൽ. ഒരിക്കലും ആ പതിവ് തെറ്റാറില്ല. അന്ന് ഒരു ഏപ്രിൽ പതിനെട്ട്. ഞങ്ങൾ ഒന്നായിട്ട് ഇരുപത്തഞ്ചുവർഷം തികയുന്ന ദിവസം. ആഘോഷങ്ങൾ കന്യാകുമാരിയിലാകട്ടെ എന്നു ഞാനാണദ്ദേഹത്തോട് ആവശ്യപ്പെട്ടത്. അനന്തമായ കടലും കടപ്പുറത്തെ ചിപ്പിയും ശംഖും ഒക്കെ എനിക്ക് എന്നും വലിയ ഹരമായിരുന്നു. അതുകൊണ്ടുതന്നെ മറിച്ചൊന്നു പറയാതെ സമ്മതം മൂളിയപ്പോൾ, മണപ്പുറത്ത് കളിവീടുണ്ടാക്കുന്ന ഒരു ബാലികയായി ഞാൻ മാറി. ഡ്രസ്സ് തിരഞ്ഞെടുക്കാനും സാധനങ്ങൾ എടുത്തുവയ്ക്കാനും ഒക്കെ വലിയ തിരക്കായി.

പിന്നെ ഒരുക്കങ്ങൾക്കിടയിൽ വിളിച്ചുചോദിച്ചു, 'നമുക്ക് തലസ്ഥാനനഗരിയിലും വല്ല പരിപാടികളും ആയിക്കൂടെ?'

'ആകാമല്ലോ.'

എല്ലാം എന്റെ ഇഷ്ടംപോലെ എന്നുള്ള ഈ വിധേയത്വം ഒരു പുതുമയായിരുന്നു. എന്തുകാര്യവും സ്വന്തം ഇഷ്ടപ്രകാരം മാത്രം ചെയ്യാറുള്ള ആളാണ്. തിരക്കുകളിൽ നിന്നൊഴിഞ്ഞ് ഞങ്ങളുടേതുമാത്രമായ ഒരു ലോകത്ത് ജീവിതം ആസ്വദിച്ചുകഴിഞ്ഞ ഈ ദിനങ്ങൾ എത്ര അമൂല്യം.

ഞങ്ങൾ തിരിച്ചെത്തിയപ്പോഴേക്കും മോനേയുംകൊണ്ട് അച്ഛനും അമ്മയും വീട്ടിലെത്തിയിരുന്നു. പിറ്റേന്ന് അദ്ദേഹത്തിന് ഡൽഹിയിലൊരു മീറ്റിംഗ് ഉണ്ട്. അതുകൊണ്ട് പെട്ടെന്ന് അത്താഴം കഴിഞ്ഞ് ഞങ്ങൾ ഉറങ്ങാൻ കിടന്നു.

യാത്രാക്ഷീണംമൂലം നേരം പുലർന്നതറിഞ്ഞില്ല.

ഉച്ചത്തിൽ അലാറം അടിക്കുന്ന ശബ്ദം കേട്ടാണ് ഉണർന്നത്. വേഗം അദ്ദേഹത്തെ കുലുക്കിവിളിച്ചു.

'പോകേണ്ടതല്ലേ, എഴുന്നേൽക്കൂ.'

അദ്ദേഹം എഴുന്നേറ്റില്ല. പിന്നെ ഒരിക്കലും. എന്റെ വിളി കേൾക്കാതെതന്നെ അദ്ദേഹം പോയിക്കഴിഞ്ഞിരുന്നു, എന്നന്നേക്കുമായി.

ഈ ജന്മം മുഴുവൻ എനിക്കോമനിക്കാൻ ഒരുപിടി ഓർമ്മകൾ നൽകിക്കൊണ്ട്...

മഴ തോർന്നെന്നു തോന്നുന്നു.

ഗേറ്റ് അപ്പു അടച്ചിരിക്കുന്നു. മകൻ തിരിച്ചെത്തിയിരിക്കും.

ചാപല്യം

ഉച്ചയുറക്കം കഴിഞ്ഞ് ആമിന ഉണർന്നു. ആടുകൾക്ക് ഇലകൾ ശേഖരിക്കാനായി പറമ്പിലേക്കിറങ്ങി.

പെട്ടെന്നാണ് റോഡരികിൽ ഒരു കാർ വന്നുനിന്നത്. പഞ്ചായത്ത് പ്രസിഡണ്ടിന്റെ കാർ മാത്രമേ സാധാരണ അതുവഴി പോകാറുള്ളു. സ്വതവേ, ആ ഗ്രാമത്തിൽ കാറ് കൂടുന്നത് മാനത്തു മാത്രമാണ്- മഴയ്ക്കുമുമ്പ്. അതുകൊണ്ട് അവൾ സാകൂതം നോക്കിനിന്നു.

കാറിൽനിന്ന് രണ്ടു പെൺകുട്ടികൾ ഇറങ്ങി.

മുള്ളുവാതിൽ നീക്കി അവരിങ്ങോട്ടാണല്ലോ വരുന്നത്. അടുത്തെത്തുന്തോറും ആമിക്ക് തന്റെ കണ്ണുകളെ വിശ്വസിക്കാനായില്ല. അതു തന്റെ മിനിയും സിനിയും അല്ലെ. അതെ...അവരോടിവന്ന് ആമിയെ കെട്ടിപ്പിടിച്ചു. രണ്ടു കൈകളും നീട്ടി ആമിനുമ്മ അവരെ മാറോടണച്ചു. വാചാലമായ നിമിഷങ്ങൾ ചിലതു കടന്നുപോയപ്പോൾ ആ ഉമ്മക്കും മക്കൾക്കും പരിസരബോധമുണ്ടായി.,

'എന്റെ പൊന്നുമക്കളെ, നിങ്ങളെങ്ങനെ ഇബടെ വന്നു? അള്ളാ എനിക്ക് സ്വപ്നാണോ കാട്ടുന്നത്? ഈ കൺമണികളെ ഞാനുപേക്ഷിച്ചുപോന്നിട്ട് വർഷങ്ങളേഴ് കഴിഞ്ഞിരിക്കുന്നു. ഇവർ വളർന്ന് എത്ര സുന്ദരികളായിരിക്കുന്നു!

കുറ്റബോധം വിലക്കിയതുമൂലം വാക്കുകൾ പുറത്തുവന്നില്ല. എങ്കിലും ആ ചോദ്യം അവളുടെ നാവിൻതുമ്പിൽ ഇരുന്ന് വീർപ്പുമുട്ടി.

'വാവ്ച്ചിക്ക് സൊകമാണോ മക്കളെ?'

സ്നേഹസമ്പന്നനായ അദ്ദേഹത്തെയും പറക്കമുറ്റാത്ത ഈ കുഞ്ഞുങ്ങളെയും ഉപേക്ഷിച്ചുപോകേണ്ടിവന്ന ദുർവിധിയെ ഒരായിരംവട്ടം അവൾ ശപിച്ചിട്ടുണ്ട്.

അബ്ദുൾ റഹ്മാൻ ഹാജിയുടെ മകൻ ലത്തീഫ് നഗരത്തിലെ

പ്രശസ്തനായ ഒരു വക്കീലാണ്. സുന്ദരിയായ ഭാര്യയും സന്തുഷ്ടമായ കുടുംബവും. അല്ലലില്ലാത്ത ജീവിതം. ഞങ്ങൾ ഭാഗ്യം ചെയ്തവരെന്ന് സുഹൃത്തുക്കൾ പറയുമായിരുന്നു. തനിക്കും അതു ശരിയാണെന്ന് തോന്നിയിട്ടുണ്ട്. ആ തോന്നൽ മാറ്റി എഴുതാൻ വിധി ബഷീക്കയുടെ രൂപത്തിൽ വന്നു.

ആമിയുടെ മൂത്താങ്ങളയുടെ മകനാണ് ബഷീർ. ബി.എ ജയിച്ച് അടുത്തുള്ള മാനേജ്മെന്റ് സ്കൂളിൽ അധ്യാപകനായി എത്തിയിരിക്കുകയാണ്. കുഞ്ഞമ്മായീടെ വീട്ടിൽ താമസിച്ച് സ്കൂളിൽ പോകാനാണ് ഇക്കാക്ക പറഞ്ഞിരിക്കുന്നത്. ലത്തീഫിനും അതിൽ എതിർപ്പൊന്നുമില്ലായിരുന്നു. കുഞ്ഞുങ്ങൾക്ക് ഒരു കൂട്ടായി. വല്ലതും പറഞ്ഞുകൊടുക്കാനും ഒരാളായി. അങ്ങനെയാണ് അദ്ദേഹം പറഞ്ഞത്. അദ്ദേഹത്തിന് കക്ഷികൾ കൂടുകയും കോടതിയിൽ തിരക്കേറുകയും ചെയ്തപ്പോൾ ഞങ്ങൾക്ക് കൂട്ട് ബഷീക്കയായി. സിനിമയ്ക്കും ഷോപ്പിംഗിനും പാർക്കിലും ഒക്കെ ഞങ്ങളെ കൊണ്ടുപോകുന്നത് അവനും നല്ല താല്പര്യമായിരുന്നു.

ക്രമേണ അവന്റെ പെരുമാറ്റത്തിൽ മാറ്റം കണ്ടുതുടങ്ങി. പഴയ പ്രസരിപ്പും ഉത്സാഹവും കുറഞ്ഞു. അധികസമയവും എന്തോ ചിന്തയിലാണ്ടിരിക്കും. ആഹാരം കഴിക്കാൻ വിളിച്ചാൽ വന്നിരുന്ന് എന്തെങ്കിലും കഴിച്ചെന്നു വരുത്തും. കുറച്ചുനാളായി താനതു ശ്രദ്ധിക്കുന്നു. ഒരുദിവസം ഞാൻ ചോദിച്ചു.

'എന്താണ് ബഷീക്കാ, എന്തുപറ്റി?'

'ഒന്നുമില്ല കുഞ്ഞമ്മായീ.' അവൻ ഒഴിഞ്ഞുമാറി.

ഉറങ്ങാൻ കിടന്നപ്പോൾ ലത്തീഫിക്കായോടും ഞാനക്കാര്യം പറഞ്ഞു. ഉറക്കെ ചിരിച്ചുകൊണ്ട് അദ്ദേഹം പറയുകയായിരുന്നു, 'ചെറുപ്പമല്ലേ, വല്ല പ്രേമപ്രശ്നങ്ങളും കാണുമായിരിക്കും. നീ കിടന്നുറങ്ങാൻ നോക്ക്.'

ആ സംസാരം അവിടെ വച്ചവസാനിച്ചു. ദിവസങ്ങൾ നീങ്ങിയതോടെ കുഞ്ഞുങ്ങളും മുഷിഞ്ഞുതുടങ്ങി. അവർക്ക് പുറത്തുപോകണം. ബാപ്പായ്ക്ക് സുഖമില്ലാത്തതുകാരണം ലത്തീഫ്ക്ക തറവാട്ടിലാണ്.

പരീക്ഷ കഴിഞ്ഞദിവസം സിനിമയ്ക്ക് പോകണമെന്ന് കുഞ്ഞുങ്ങൾ നിർബന്ധിച്ചു. ഒടുവിൽ ബഷീർ സമ്മതിച്ചു.

തിരിച്ചുവന്നതും ആഹാരം വേണ്ടെന്നു പറഞ്ഞ് അവൻ മുറിയിൽ കയറി. ചോദിച്ചപ്പോൾ തലവേദനയാണെന്നു പറഞ്ഞു.

ആമി കുഞ്ഞുങ്ങൾക്ക് ഭക്ഷണം കൊടുത്ത് അടുക്കള അടച്ച്

Smitha

പുറത്തുവന്നു. ബഷീർ ഒന്നും കഴിച്ചില്ലല്ലോ എന്നോർത്ത് കുറച്ചു പാലും തലവേദനയ്ക്കുള്ള മരുന്നുമായി അവന്റെ മുറിയിലെത്തി. ലൈറ്റിടാതെ കിടക്കയിൽ കമിഴ്ന്ന് കിടക്കുകയായിരുന്നു ബഷീർ.

ആമി അവനെ കുലുക്കി വിളിച്ചു.

'ബഷീക്കാ, തലവേദന അധികമുണ്ടോ? ഈ ഗുളിക കഴിച്ച് കിടക്ക്. ഒന്നുറങ്ങിയെഴുന്നേൽക്കുമ്പോഴേക്കും സുഖമാകും.'

അയാൾ എഴുന്നേറ്റിരുന്നു.

മുഖത്ത് അപരിചിതമായ ഭാവം. പെട്ടെന്നയാൽ അവളെ വലിച്ച് തന്നോടടുപ്പിച്ചു. ഒരു കുഞ്ഞിനെപ്പോലെ തോളിൽ തല ചായ്ച്ച് കരയാൻ തുടങ്ങി.

ആമി പരിഭ്രമിച്ചു.

'എന്തുപറ്റി, എന്തുപറ്റി' എന്നവൾ ആക്രോശിച്ചു.

അവനതൊന്നും ചെവിക്കൊണ്ടില്ല. ഒരു മൃഗത്തെപ്പോലെ അവൻ അവളെ കീഴ്പ്പെടുത്തി. അരുതാത്തതൊക്കെ നടന്നപ്പോൾ അവൾക്ക് തടുക്കാനായില്ല. ആ സംഭവം അവളുടെ ജീവിതമാകെ താളം തെറ്റിച്ചു.

'ഉമ്മച്ചീ ബാബുമോനെന്തിയേ?' കുട്ടികളുടെ ചോദ്യംകേട്ട് അവൾ ചിന്തയിൽനിന്നുണർന്നു.

'ഉറക്കമാ മക്കളെ.' അവൾ കുട്ടികളെ കൂട്ടി അകത്തു കയറി. ബാബുമോനെ അവർ ആദ്യമായി കാണുകയാണ്.

അന്ന് തന്നെയും ബഷീറിനെയും തറവാട്ടിൽ കൊണ്ടുപോയി വിട്ടതിനുശേഷം ഒന്നും പരസ്പരം അറിയാറില്ല. മൊയ്തൂട്ടിയുടെയും നബീസയുടെയും സഹായത്തോടെ കുഞ്ഞുങ്ങളെ അദ്ദേഹം വളർത്തി വലുതാക്കി. ഇപ്പോൾ അവർ കോളേജിലെത്തിയിരിക്കുന്നു. നിഷ്ക്കളങ്കനായ ഭർത്താവിനെ വഞ്ചിച്ചതിനുള്ള ശിക്ഷ അല്ലാഹു തനിക്ക് നൽകിയ വിവരമൊന്നും ആരും അറിഞ്ഞില്ല. ബാബു ജനിക്കുന്നതുവരെയെങ്കിലും വീട്ടിൽ നിർത്താൻ മൂത്ത ആങ്ങള തയ്യാറായില്ല. ദൂരെയുള്ള ഈ ചെറിയ വീടും വളപ്പും ബഷീറിനു നൽകി ഞങ്ങളെ ഇങ്ങോട്ടു മാറ്റി. അതോടെ ബാപ്പയും മകനും തമ്മിലുള്ള ബന്ധം അവസാനിച്ചു. സഹോദരങ്ങൾ 'ഇക്കാക്ക' എന്ന വിളി മാറ്റി 'അമ്മായീടെ കെട്ട്യോൻ' എന്നാക്കി. സമൂഹം ഞങ്ങളെ ഒറ്റപ്പെടുത്തി.

ബഷീറിന് താങ്ങാവുന്നതിൽ ഏറെയായിരുന്നു അതൊക്കെ. എല്ലാറ്റിനും കാരണക്കാരി താനായിരുന്നു എന്നായിരുന്നു അയാൾ കരുതിയിരുന്നത്. നിരാശയും വൈരാഗ്യവും ഒക്കെ അയാളെന്നോട്

തീർത്തു. ബഷീർ ഒരു വിഷാദരോഗിയായി. ഒടുവിൽ ഈ ജീവിതം വേണ്ടെന്ന് അയാൾക്കു തോന്നി. ഞാനും മോനും ഈ ദുനിയാവിൽ ഒറ്റയ്ക്കായി.

ബാബുമോനെയും കൊണ്ട് കുട്ടികൾ ഇറങ്ങിവന്നു. അവർ തന്റെ കൈ പിടിച്ച് കാറിനടുത്തേക്ക് നടന്നു. അവിടെ ലത്തീഫ് നിന്നിരുന്നു. ആ കണ്ണുകളെ നേരിടാൻ ആമിക്കായില്ല.

പക്ഷെ, ലത്തീഫ് ഡോർ തുറന്ന് അവളെ കാറിനകത്താക്കി.

ആ കുടുംബത്തെയുംകൊണ്ട് ടാറിടാത്ത റോഡിലൂടെ പൊടി പറത്തിക്കൊണ്ട് ആ വാഹനം പാഞ്ഞു.

ചങ്ങാതി

അന്ന് ഞായറാഴ്ച ആയതിനാൽ ഡോക്ടർ സോമനാഥൻ അല്പം വൈകിയാണ് എഴുന്നേറ്റത്. പത്രങ്ങളുമായി സോഫയിൽ വന്നിരുന്നപ്പോൾ മകൻ വിളിച്ചുപറഞ്ഞു.

'അച്ഛനെ കാണാൻ ആരോ വന്നിട്ടുണ്ട്.'

'ആരാ മോനേ?'

'അറിയില്ല. അച്ഛന്റെ സുഹൃത്തുക്കളിലാരോ ആണെന്നു തോന്നുന്നു.' മകൻ പറഞ്ഞു.

സന്ദർശനമുറിയിൽ തന്നെ കാത്തിരുന്നത് ദേവനായിരുന്നു. കണ്ണുകളെ വിശ്വസിക്കാനായില്ല. ഒടുവിൽ തന്നെ കാണാൻ അവനെത്തിയിരിക്കുന്നു. തന്റെ സുഹൃത്ത്, തന്റെ വഴികാട്ടി, തന്റെ എല്ലാം ആയ ദേവൻ. നീണ്ട വേർപാടിനുശേഷം കണ്ടുമുട്ടിയപ്പോൾ ആ സുഹൃത്തുക്കൾ വികാരവിവശരായി. വേഗം മകനെ വിളിച്ച് ദേവനു പരിചയപ്പെടുത്തി. പ്രശസ്ത ചിത്രകാരനായ ദേവദത്തനാണ് അച്ഛന്റെ സ്നേഹിതനെന്നറിഞ്ഞപ്പോൾ മകന് അഭിമാനം തോന്നി. പിന്നെ, അവൻ കേട്ടു, ആ സൗഹൃദത്തിന്റെ കഥ.

ഉറ്റ സുഹൃത്തുക്കളായിരുന്നു ദേവനും സോമനും. വളർന്നപ്പോൾ ഇരുവരും പരസ്പരംപൂരകങ്ങളായി ജീവിച്ചു. പ്രഭുകുമാരനായിരുന്ന ദേവനെ ഒരു ഡോക്ടറായി കാണണമെന്നായിരുന്നു അച്ഛന്റെ ആഗ്രഹം. പക്ഷെ, മകന് താല്പര്യം ശാസ്ത്രത്തേക്കാൾ കലയോടായിരുന്നു. മഹാനായൊരു ചിത്രകാരനായി അറിയപ്പെടാൻ അവൻ മോഹിച്ചു. മോഹം മാത്രമല്ല, കഴിവും ഉത്സാഹവും അവനുണ്ടായിരുന്നു.വേണ്ടത്ര പരിശീലനവും പ്രോത്സാഹനവും കൂടിയായപ്പോൾ അവൻ ലക്ഷ്യത്തിലെത്തി. ഇന്നവൻ ലോകപ്രശസ്തനായൊരു ചിത്രകാരനാണ്.

തനിക്കു അപ്രാപ്യമാണെന്നറിഞ്ഞിട്ടും പാവപ്പെട്ടവനായ

സോമന്റെ ഉള്ളിൽ ഒരു ഡോക്ടറാവാനുള്ള മോഹം ചെറുപ്പം മുതൽക്കേ തഴച്ചുവളർന്നിരുന്നു. ക്ലാസിൽ എന്നും ഒന്നാമനായിരുന്ന അവന് എൻട്രൻസ് ജയിക്കാനൊന്നും പ്രയാസമുണ്ടായില്ല. ഇനിയെന്ത് എന്നാലോചിച്ചപ്പോഴാണ് പ്രശ്നത്തിന്റെ ഗുരുതരാവസ്ഥ ബോധ്യമായത്. ദുഃഖം തോന്നി. സമീപത്തെ കടലോരത്തു ചെന്നിരുന്ന് ഏകാന്തനായി തന്റെ അവസ്ഥയെക്കുറിച്ചോർത്തു കരയുകയായിരുന്നു സോമൻ. പെട്ടെന്ന് ആരോ പുറത്തു തട്ടി. അത് ദേവനായിരുന്നു. സ്നേഹപൂർവ്വം നിർബന്ധിച്ചപ്പോൾ പ്രശ്നം അവനോടു പറയേണ്ടിവന്നു. അവൻ സമാധാനിപ്പിച്ചു.

'നീ വിഷമിക്കാതെ, എന്തെങ്കിലും വഴിയുണ്ടാക്കാം.'

'എന്തുവഴി?' അയാൾ ചിന്തിച്ചു. എങ്കിലും അതു സത്യമാകണേ എന്നാശിച്ചു.

ഒരാഴ്ച കഴിഞ്ഞ് വീണ്ടും അവൻ അയാളെ കാണാനെത്തി. തന്റെ ഭാവിക്കുവേണ്ടി അച്ഛൻ ശരിപ്പെടുത്തിയിരുന്ന ചില ഏർപ്പാടുകളൊക്കെ അവൻ തനിക്കുവേണ്ടി പ്രയോജനപ്പെടുത്തി. പഠിക്കാൻ വേണ്ട എല്ലാ സൗകര്യങ്ങളും ചെയ്തുകഴിഞ്ഞിരിക്കുന്നുവെന്ന സന്തോഷവാർത്തയുമായിട്ടായിരുന്നു ആ വരവ്. അങ്ങനെ ആ സ്വപ്നം സാക്ഷാൽക്കരിക്കപ്പെടുകയായിരുന്നു.

തന്റെ ഹൗസ് സർജൻസി കഴിയാൻ ഏതാനും മാസങ്ങൾകൂടി മാത്രം ഉള്ളപ്പോൾ ഒരുദിവസം സുന്ദരിയായൊരു പെൺകുട്ടി സോമനെ കാണാൻ വന്നു. ദേവന്റെ പരിചയക്കാരിയും ആരാധികയുമാണ് താനെന്ന് അവൾ സ്വയം പരിചയപ്പെടുത്തി. ദേവൻ പറഞ്ഞതുകേട്ട് തന്നെ അവൾക്കറിയാം. ഉടനെ ദേവനെ ഒന്നുകാണണം. അതിന് സോമന്റെ സഹായം തേടിയാണവൾ വന്നത്.

എന്തു ചെയ്യുമമെന്നറിയാതെ സോമൻ കുടുങ്ങി. കാരണം ദേവനെന്ന ചിത്രകാരന് ചില പ്രത്യേകതകളൊക്കെ ഉണ്ടായിരുന്നു. അദ്ദേഹം സദാ തിരക്കിലായിരിക്കും. ചിത്രരചനയും പ്രദർശനങ്ങളും ഒക്കെയായി ഒരു ദിക്കിൽനിന്ന് മറ്റൊരിടത്തേക്ക് സദാ യാത്ര തന്നെ. ഒരിടത്ത് എത്രദിവസങ്ങൾ തങ്ങുമെന്നൊന്നും ഒരു നിശ്ചയവുമില്ല. ഇടയ്ക്കാരും ശല്യപ്പെടുത്തുന്നതും ഇഷ്ടമല്ല. പക്ഷെ, അതൊക്കെ പറഞ്ഞ് ആ കുട്ടിയെ നിരാശപ്പെടുത്താനും സോമനു തോന്നിയില്ല.

'അവൻ സ്ഥലത്തില്ല. അടുത്താഴ്ച എന്നെ കാണാൻ വരും. അഡ്രസ്സു തന്നോളൂ. കുട്ടിയെ വന്നു കാണാൻ പറയാം.'

മധുരമായൊരു പുഞ്ചിരി സമ്മാനിച്ച് അവൾ മടങ്ങി.

പ്രതീക്ഷിച്ചതുപോലെതന്നെ രണ്ടുദിവസം കഴിഞ്ഞപ്പോൾ അവൻ വന്നു. സോമൻ വിവരമൊക്കെ പറഞ്ഞു, 'ഇത്തരമൊരു ബന്ധത്തെപ്പറ്റി താനെനിക്ക് ഒരു സൂചനപോലും തന്നില്ലല്ലോ' എന്ന് തമാശയായി സോമൻ അയാളെ കുറ്റപ്പെടുത്തി.

ഈ കുട്ടി അവൻ താമസിച്ചിരുന്ന ഹോട്ടലിലെ റിസപ്ഷനിസ്റ്റായിരുന്നു. അവളുടെ നിഷ്ക്കളങ്കമായ മുഖവും ശാലീനതയും അവനെ ആകർഷിച്ചു. അവളെ കണ്ട അവനിലെ ചിത്രകാരനുണർന്നു. അവളുടെ ചിത്രം ക്യാൻവാസിലേക്ക് പകർത്താൻ അവൻ തീരുമാനിച്ചു. 'ഭാരതസ്ത്രീകൾതൻ ഭാവശുദ്ധി'യുടെ പ്രതീകമായ ആ ചിത്രം ലോകശ്രദ്ധ പിടിച്ചുപറ്റി.

'സംഗതി ഇത്രയൊക്കെയേ ഉള്ളൂ' നിസ്സാരമെന്നപോലെ അവൻ പറഞ്ഞു.

'തനുജ' വാസ്തവത്തിൽ ഒരു അനാഥപെണ്ണായിരുന്നു. അച്ഛനുണ്ടെങ്കിലും രണ്ടാനമ്മയ്ക്ക് അവൾ ഒരു ഭാരമായിരുന്നു. എങ്ങനെയും അവളെഒഴിവാക്കാൻ കാത്തിരിക്കുകയായിരുന്നു ആ സ്ത്രീ. തനുജയ്ക്ക് ഒരാളുമായി അടുപ്പമുണ്ടെന്ന് അവർ മനസ്സിലാക്കി. ഇതുതന്നെ അവസരം എന്നു കരുതി. ഇക്കാര്യങ്ങളൊക്കെ പറയാനാണ് അവൾ അന്ന് അവനെതേടി എന്റെ അടുത്തെത്തിയത്.

വീണ്ടും കണ്ടുമുട്ടിയപ്പോൾ ദേവനെന്തോ പ്രശ്നമുള്ളതായി സോമനു തോന്നി. അവനെ അതിനുമുമ്പ് ഒരിക്കലും അങ്ങനെ വിഷണ്ണനായി കണ്ടിട്ടില്ല. ജീവിതം മുന്തിരിച്ചാറുപോലെ ആസ്വദിച്ചു നടക്കുന്ന ഒരു പ്രകൃതമാണ് അവന്റേത്. ഇപ്പോൾ തനുജയാണ് അവന്റെ പ്രശ്നം. അവനോടൊപ്പം ഒരു കുടുംബജീവിതം - അതാണവൾക്കു വേണ്ടത്.

സ്വന്തം ജീവിതം കലയ്ക്കുവേണ്ടി മാറ്റിവെച്ച ഒരാളാണ് ദേവൻ. ആ സാധു പെൺകുട്ടിയെ രക്ഷിക്കണമെന്നു അവന് ആഗ്രഹമില്ലാതില്ല. പൊടുന്നനെ അവൻ ചോദിച്ചു, 'സോമാ നിനക്ക് ആ പെണ്ണിനെ രക്ഷിക്കാൻ കഴിയും. ഒരു ജീവിതം അവൾക്കു നൽകിക്കൂടേ?'

'അവൾക്കതിഷ്ടമാവുമോ?' സോമൻ സംശയം പ്രകടിപ്പിച്ചു.

'നീ അതൊന്നും ചിന്തിക്കേണ്ട.' അവൻ ഉറപ്പു നൽകി.

പിന്നെ ശങ്കിച്ചില്ല. സസന്തോഷം താൻ ആ ദൗത്യം എറ്റെടുത്തു. ദേവൻ സമാധാനത്തോടെ മടങ്ങി.

ഇതിനകം കാലചക്രം പലവട്ടം കറങ്ങി.

ആ സുഹൃത്തുക്കൾക്ക് കൈമാറാൻ വളരെയേറെ വിശേഷങ്ങൾ

ഉണ്ടായിരുന്നു. ദേവന്റെ മാതാപിതാക്കൾ യാത്രയായതോടെ സോമൻ അവിടെ ഒരു ഫൈൻആർട്സ് കോളേജ് ആരംഭിച്ചു. ഇനി സ്വന്തം സ്ഥാപനം ഏറ്റെടുത്തു നടത്തേണ്ടത് നീയാണെന്ന് പറഞ്ഞ് ദേവനെ പിന്നെ അയാളെങ്ങും വിട്ടില്ല. കോളേജിൽ ചെന്നപ്പോൾ ദേവൻ കണ്ടു- താൻ വരച്ച തനുജയുടെ ചിത്രം മാലയിട്ടലങ്കരിച്ച ഓഫീസിൽ തൂക്കിയിട്ടിരുന്നു. ആ ചിത്രത്തിലേക്കയാൾ സൂക്ഷിച്ചുനോക്കി.

'ഇനി എങ്ങും പോകരുതേ' എന്നാക്കണ്ണുകൾ തന്നോടപേക്ഷിക്കുന്നതായി അയാൾക്കുതോന്നി.

ഇനിയുള്ള തന്റെ ജീവിതം ഇവരോടൊപ്പം എന്നയാൾ തീരുമാനിച്ചു. ബാല്യകാലസുഹൃത്തിന്റെ കൈകോർത്തുപിടിച്ച് ആ സ്നേഹസാമ്രാജ്യത്തിലേക്കു ദേവൻ നടന്നു കയറി.

ഇനിയും ജന്മമുണ്ടെങ്കിൽ...

രാമനാഥൻ ജോലി കഴിഞ്ഞുവന്നു.

മുഖം എന്തേ വാടിയിരിക്കുന്നത്? വിശാലം ശ്രദ്ധിച്ചു. വേഗം ചായ തയ്യാറാക്കാം. തിടുക്കപ്പെട്ട് അവൾ അകത്തേക്കു ചെന്നു.

എല്ലാം മേശപ്പുറത്തു ഒരുക്കിവെച്ചിട്ടും ആളെത്തിയില്ലല്ലോ. ഡ്രസ്സു മാറി കാലും മുഖവും കഴുകി വന്നിട്ടേ ഭക്ഷണം കഴിക്കാവൂ എന്ന നിയമം വച്ചത് താനാണ്. കഷ്ടം, രാമൂന് വിശക്കുന്നുണ്ടാകും. വിളിച്ചോണ്ടുവരട്ടെ.

വിശാലത്തെ കണ്ടപ്പോൾ അയാൾ പറഞ്ഞു, 'അച്ഛന് സുഖമില്ല വിശാലം. എനിക്കുടനെ പോയേ മതിയാവൂ.'

അപ്പോൾ അതാണ് കാര്യം. ഏറെനാളായി ജോലി മതിയാക്കി നാട്ടിൽ വരണമെന്നു അച്ഛൻ നിർബന്ധിക്കുന്നു. രാമുവിനവിടെ വേണ്ടതിലധികം മുതലുണ്ട്. അച്ഛനതെല്ലാം നോക്കിനടത്താൻ വയ്യാതായി. സ്വന്തം പൈതൃകങ്ങൾ കാത്തുസൂക്ഷിക്കണം. നശിക്കാനും അന്യാധീനപ്പെടാനും ഇടയാക്കരുതെന്ന് അദ്ദേഹം എപ്പോഴും പറയാറുള്ളതാണ്.

'അപ്പോൾ നമ്മൾ തീരുമാനം എടുക്കേണ്ട സമയമായിരിക്കുന്നു അല്ലേ രാമൂ.'

'അതെ. ഞാനേതായാലും അവധിക്കപേക്ഷിച്ചുകഴിഞ്ഞു. തനിക്കും മോനും മുടക്കത്തിനങ്ങെത്താം. എന്താ?'

'ശരി.'

അവൾ ഭർത്താവിന്റെ കൈപിടിച്ച് അടുക്കളയിലേക്കു നടന്നു.

'തൽക്കാലം ഇതെല്ലാം കഴിക്കൂ. എന്നിട്ടു തീരുമാനിക്കാം.'

ഇത്രയുംകാലം ഇവിടെ താമസിച്ചിട്ടും 'ഇതാണെന്റെ നാടെന്ന് മനസ്സ് അംഗീകരിച്ചിട്ടില്ല. അതുകൊണ്ട് അച്ഛനെ അനുസരിക്കാൻ എനിക്ക് പ്രശ്നമൊന്നുമില്ല. വിശാലത്തിന്റെ സ്ഥിതി അതല്ല. നാടും

നഗരവും തമ്മിലുള്ള വ്യത്യാസം അവൾക്കറിയില്ല. ഇവിടെ ജനിച്ചു വളർന്ന അവൾക്ക് നഗരജീവിതവും ഉദ്യോഗത്തിന്റെ പ്രതാപവും ഒക്കെയാണ് ഹരം. നന്മകളാൽ സമൃദ്ധമായ ഞങ്ങളുടെ നാട്ടിൻപുറത്തിന്റെ സവിശേഷതകളൊക്കെ പലപ്പോഴായി ഞാനവൾക്കു പറഞ്ഞുകൊടുത്തിട്ടുണ്ട്. പുഞ്ചപ്പാടത്തെ കൊയ്ത്തുപാട്ടിന്റെ ഈണവും ക്ഷേത്രാങ്കണങ്ങളിലെ ഉത്സവമേളത്തിന്റെ കൊഴുപ്പും വർണ്ണിക്കുമ്പോൾ അവളുടെ മിഴികളിൽ അത്ഭുതം വിടരും.

മകനെത്തിയതോടെ ശ്രീധരമേനോന് പ്രായം അല്പം കുറഞ്ഞതുപോലെ തോന്നി. അദ്ദേഹം ക്ഷീണം മറന്നു ഉന്മേഷവാനായി. ഭാവിയെപ്പറ്റി, കൃഷിയെപ്പറ്റി ഒക്കെ ഒരുപാട് പറയാനുണ്ടായിരുന്നു അദ്ദേഹത്തിന്. അകലെയുള്ള ഭൂസ്വത്തെല്ലാം വിറ്റ് പണമാക്കി സൂക്ഷിച്ച വിവരവും ഇനി ശേഷിച്ച ചുറ്റുവട്ടത്തുള്ള വസ്തുവകകളൊക്കെ എങ്ങനെ കൊണ്ടുനടക്കണമെന്നതിനെ കുറിച്ചും ഒക്കെ അദ്ദേഹം വാചാലനായി.

അപ്പോഴേക്കും ആഹാരം കഴിക്കാൻ വൈകുന്നു എന്നറിയിച്ചുകൊണ്ട് ഒരു സ്ത്രീ കടന്നുവന്നു.

അച്ഛൻ അവരെ എനിക്കു പരിചയപ്പെടുത്തി.

'ഉണ്ണിക്കുട്ടന് മനസ്സിലായോ? നമ്മുടെ ശാരികയാണ്.'

'മൂപ്പന്റെ മകളല്ലേ. പെട്ടെന്നു മനസ്സിലായില്ല. ശാരികയ്ക്ക് എന്നെ ഓർമ്മയുണ്ടോ?'

'ഒന്നും മറന്നിട്ടില്ല.' ഭവ്യതയോടെ അവൾ എന്നെ നോക്കി പറഞ്ഞു.

ആ നോട്ടം മനസ്സിൽ ഉറങ്ങിയിരുന്ന ഓർമകളെ തട്ടി ഉണർത്തി. അവളുടെ അച്ഛനായിരുന്നു ഞങ്ങളുടെ പണിക്കാരുടെ മൂപ്പൻ. വയലിൽ പണിക്കു പോകുമ്പോൾ അയാൾ മകളെ ഇവിടെ ഏൽപ്പിക്കും. ഞങ്ങള് രണ്ടാളുംകൂടി കളിക്കും. എനിക്ക് അവളെ വലിയ ഇഷ്ടമായിരുന്നു. അമ്മ രണ്ടാൾക്കും ഒന്നിച്ചാണ് ആഹാരം തന്നിരുന്നത്. അച്ഛൻ അവളെ എന്നോടൊപ്പം സ്കൂളിലേക്കയക്കാൻ തുടങ്ങി. പഠിക്കാൻ മിടുക്കിയായിരുന്നു അവൾ. കൂട്ടുകാർ കേൾക്കെ അവളെന്നെ 'കൊച്ചുതമ്പുരാൻ' എന്നു വിളിക്കുമ്പോൾ ഞാനവളോട് ദേഷ്യപ്പെടുമായിരുന്നു. വളരെ ബുദ്ധിമുട്ടിയാണ് പിന്നീടവൾ തന്നെ രാമുവേട്ടൻ എന്നു വിളിച്ചുതുടങ്ങിയത്. പത്താംക്ലാസ് പരീക്ഷ കഴിഞ്ഞ് സ്കൂളിനോട് വിട പറഞ്ഞപ്പോൾ ഈ കളിക്കൂട്ടുകാരിയേയും താൻ മറന്നുകളഞ്ഞു. അയാൾക്ക് കുറ്റബോധം തോന്നി.

Smitha

അത്താഴം കഴിഞ്ഞ് ഞങ്ങൾ സംസാരിച്ചിരിക്കെ ശാരികയെപ്പറ്റി കൂടുതലറിയാൻ ആഗ്രഹം തോന്നി.

അച്ഛൻ പറഞ്ഞു, 'കഴിഞ്ഞ വർഷം മൂപ്പൻ മരിച്ചതോടെ അവളെ ഞാനിങ്ങോട്ട് കൂട്ടിവന്നു. അവളെപ്പറ്റിയുള്ള വ്യഥയോടെയാണവൻ പോയത്. വിവാഹം കഴപ്പിച്ചയക്കാൻ അവൻ പലവട്ടം ശ്രമിച്ചു. അവൾ കൂട്ടാക്കിയില്ല. അവൾക്കെന്തോ ജോലിയുണ്ടായിരുന്നു. അച്ഛനെയും നോക്കി സ്വന്തം കാലിൽ നിൽക്കാനായിരുന്നു അവളുടെ തീരുമാനം. വിവാഹം വേണ്ടെന്നു നിർബന്ധമായിരുന്നു.

ആർക്കറിയാം മനസ്സിലെന്താണെന്ന്. ഇവിടെ വളർന്നു വലുതായ കുട്ടിയല്ലേ, അവളെ അങ്ങനെ ഒറ്റയ്ക്കു വിടാൻ കഴിയുമോ? നമ്മൾ ഉണ്ടെന്ന വിശ്വാസം മാത്രമായിരുന്നു അന്ത്യകാലത്ത് മൂപ്പന് ഒരാശ്വാസം. ഇപ്പോൾ അവളാണെനിക്ക് എല്ലാം. ഇവിടത്തെ വീട്ടമ്മയും കാര്യസ്ഥനും മുതലാളിയും ഒക്കെ. മൂപ്പനുകൊടുത്ത വാക്കു പാലിക്കേണ്ടത് ഇപ്പോൾ നമ്മുടെ ആവശ്യമായി മാറിയിരിക്കുകയാണ്. '

'ശരി അച്ഛാ, നമുക്ക് കിടക്കാം. എനിക്കുറക്കം വരുന്നു.'

തന്റെ സാന്നിദ്ധ്യം അച്ഛനിൽ പ്രകടമായ മാറ്റം വരുത്തിയിരിക്കുന്നത് രാമു ശ്രദ്ധിച്ചു. ആരോഗ്യമൊക്കെ വീണ്ടെടുത്തു. കുടുംബഭരണത്തിന്റെ ചുക്കാൻ തന്നെ ഏല്പ്പിക്കാനുള്ള ശ്രമമാണ്. വേണ്ട നിർദ്ദേശങ്ങളും ഉപദേശങ്ങളും ഒക്കെ വീണ്ടും വീണ്ടും ആവർത്തിക്കുകയാണ്. താൻ സ്ഥിരമായി ഇവിടെ നിൽക്കാനെത്തിയിരിക്കുകയാണെന്ന മട്ടിലാണ് സംസാരം. അവധിക്കാലമായതോടെ വിശാലവും മോനും ഇങ്ങെത്തി. അപ്പുവിന് മുത്തച്ഛനോട് ഇണങ്ങിപ്പോകാൻ ഒട്ടും സമയം വേണ്ടിവന്നില്ല.

'ഇപ്പോഴാണ് ഇതൊരു വീടായത്. അല്ലേ ശാരികേ?' അദ്ദേഹം പറഞ്ഞു. പിന്നെ രണ്ടാൾക്കും അവനെ കളിപ്പിക്കാൻ മാത്രമേ സമയമുള്ളു. ഓടിനടന്നു കളിക്കാൻ അത്രയധികം സ്ഥലമൊന്നും അപ്പു കണ്ടിട്ടുണ്ടായിരുന്നില്ല. കുറിഞ്ഞിപ്പൂച്ച, തത്തമ്മ, പശുക്കുട്ടി തുടങ്ങി കളിക്കൂട്ടുകാരെ അവന് അതിലേറെ ഇഷ്ടമായി. പറമ്പിലൊക്കെ ചുറ്റിനടന്ന് ആന്റി അവനെ കളിപ്പിക്കും. ചിത്രം വരച്ചുകൊടുവക്കാനും ഓലപ്പീപ്പി ഉണ്ടാക്കികൊടുക്കാനും മച്ചിങ്ങ പെറുക്കി തത്തക്കൂട് ഉണ്ടാക്കാനുമൊക്കെ സമയം മതിയാകാതായി അവൾക്ക്. അപ്പുവിന്റെ കളി കാണുമ്പോൾ അച്ഛൻ പറയും, 'എനിക്ക് നിന്റെ കുട്ടിക്കാലം ഓർമ്മ വരുന്നു.'

വിശാലത്തിനും അതൊക്കെ ഒരു പുതിയ അനുഭൂതിയായിരുന്നു. അവൾക്കവിടം പ്രതീക്ഷിച്ചതിലേറെ സുന്ദരമായി തോന്നി. ഇട

യ്ക്കവൾ ഓർമ്മിപ്പിച്ചു. 'ലീവ് കഴിയാറായിരിക്കുന്നു. തിരിച്ചുപോവണ്ടേ?'

'ശരിതന്നെ. പക്ഷെ അച്ഛനോടെങ്ങിനെ അവതരിപ്പിക്കും? അവിടെയാണ് പ്രശ്നം. അദ്ദേഹത്തിന്റെ ആരോഗ്യം വീണ്ടുകിട്ടിയതിന്റെ രഹസ്യം നിനക്കു മനസ്സിലായോ?'

അവൾക്കതു മനസ്സിലായി. ഒരുദിവസം അച്ഛനോടൊപ്പം നടക്കാനിറങ്ങി. അച്ഛനന്ന് പതിവിലേറെ സന്തോഷവാനായി കണ്ടു.

ധാരാളം സംസാരിച്ചുകൊണ്ട് ഞങ്ങൾ തോട്ടംമുഴുവൻ ചുറ്റിനടന്നു. തിരിച്ചുപോകണമെന്നു പറയാൻ പറ്റിയ അവസരം എന്നു ഞാൻ കരുതി, പക്ഷേ, പറഞ്ഞാൽ അച്ഛൻ ദുഃഖിക്കും. ഈ സന്തോഷമൊക്കെ ഇല്ലാതാകും. അച്ഛനു വീണ്ടും രോഗം കൂടിയാലോ. ഇതൊക്കെ ചിന്തിച്ച് ഞങ്ങൾ ഒന്നും പറയാതെ മടങ്ങി.

അന്നുരാത്രി അത്താഴം കഴിഞ്ഞ് ഞങ്ങളെല്ലാം കിടന്നു. ഇടയ്ക്കെപ്പോഴോ ഞാനുണർന്നു. എന്തോ ശബ്ദം കേട്ടതായി തോന്നി. അച്ഛന്റെ മുറിയിൽനിന്നാണ്. ഓടിച്ചെന്നു നോക്കിയപ്പോൾ അച്ഛൻ കട്ടിലിൽ എഴുന്നേറ്റിരിക്കുകയായിരുന്നു. എന്തോ അസ്വസ്ഥതയുള്ളതായി തോന്നി. എന്നെ കണ്ടപ്പോൾ കുറച്ചു വെള്ളം ചോദിച്ചു. വെള്ളവുമായി ഞാനെത്തിയപ്പോഴേക്കും അച്ഛൻ ആകെ അവശനായിരുന്നു. ഉടനെ ഡോക്ടർക്ക് ആളയച്ചു. അദ്ദേഹം വന്നു നോക്കിയപ്പോഴേക്കും എല്ലാം കഴിഞ്ഞിരുന്നു.

നിത്യനിദ്രയുടെ മനോഹരതീരത്തേക്ക് അദ്ദേഹം പറന്നെത്തിക്കഴിഞ്ഞിരുന്നു. ജീവിതത്തിൽ ഞാനൊറ്റയ്ക്കായെന്നു തോന്നിയ നിമിഷം ആ വിരൽത്തുമ്പിൽ പിടിച്ചാണ് താൻ പിച്ചവച്ചത്. ആ മടിയിലിരുത്തിയാണ് പുരാണകഥകൾ പറഞ്ഞുതന്നിരുന്നത്. ആ സുരക്ഷിതത്വം ഇല്ലാതാകുന്നത് ഞാനറിഞ്ഞു.

വേണ്ട കർമ്മങ്ങളെല്ലാം നടത്തി അച്ഛനെ വിഷ്ണുപാദത്തിൽ ഏല്പിച്ച് തിരിച്ചെത്തുമ്പോൾ, മനസ്സു മോഹിച്ചു, ഇനിയും ജന്മമുണ്ടെങ്കിൽ ഈ അച്ഛന്റെ മകനായി ജനിക്കണേ...!

ജേതാവ്

ഇനിയുള്ള ദിനങ്ങൾ ഗോകുൽദാസിനു തിരക്കേറിയവയാണ്. മാധവേട്ടൻ പറഞ്ഞിരിക്കുന്നത് ഇതൊരു പരീക്ഷണഘട്ടമാണെന്നാണ്. പാർട്ടി ബന്ദ് ആഹ്വാനം ചെയ്തിരിക്കുകയാണ്. ഹർത്താലും പ്രതിഷേധജാഥയും അനുശോചനയോഗവും എല്ലാം ഉണ്ട്. ഒക്കെ വൻവിജയമായി തീർക്കേണ്ട ചുമതല തന്റേതാണ്.

ജനപ്രിയനേതാവും പാർട്ടിയുടെ പ്രിയപുത്രനുമായ മന്ത്രിയാണ് അകാലത്തിൽ അപകടത്തിൽപ്പെട്ട് മരണമടഞ്ഞത്.

തലപ്പത്ത് ഇരിക്കുമ്പോഴും തലക്കനം അദ്ദേഹത്തെ ബാധിച്ചിരുന്നില്ല. മന്ത്രിസഭകൂടുമ്പോൾ അദ്ദേഹം തലസ്ഥാനത്തുകാണും. ഒഴിവുസമയം മുഴുവൻ സ്വന്തം നിയോജകമണ്ഡലത്തിൽ കൂട്ടുകാരുടെയും പ്രവർത്തകരുടെയും കൂടെ അവരിൽ ഒരാളായി ഇവിടെ ഉണ്ടാകും. ആ എളിമയും തനിമയുമാണ് അദ്ദേഹത്തെ രാഷ്ട്രീയത്തിന്റെ ആചാര്യനാക്കി മാറ്റിയത്. മാധവേട്ടന് അദ്ദേഹം ഗുരുവും മിത്രവും എല്ലാമായിരുന്നു. ഈ സഹതാപതരംഗം കരുവാക്കി തന്ത്രപൂർവ്വം നീങ്ങിയാൽ വരാനിരിക്കുന്ന തിരഞ്ഞെടുപ്പിനെ നിഷ്പ്രയാസം നേരിടാമെന്ന് മാധവേട്ടന് നല്ല ഉറപ്പായിരുന്നു. കേന്ദ്രത്തെ ലക്ഷ്യമാക്കിയായിരുന്നു നീക്കങ്ങൾ. അതിനായി ജില്ല, പഞ്ചായത്ത്, ഗ്രാമതലത്തിൽപ്പെട്ട പ്രവർത്തകരെല്ലാം ഊർജ്ജിതമായി യത്നിക്കണമെന്ന് നിർദ്ദേശിച്ചിട്ടുണ്ട്. തന്മൂലം തനിക്കും വിശ്രമമില്ലാതെ പ്രവർത്തിക്കേണ്ടിവന്നു.

മാസങ്ങളായി മറ്റു ചിന്തകളൊന്നുമുണ്ടായിരുന്നില്ല. എങ്ങനെയും മാധവേട്ടന്റെ പ്രീതി നേടണം. അദ്ദേഹത്തെപ്പോലെ പവറും പത്രാസും ഉള്ള നേതാവാകാനൊരു മോഹം എന്നും ഉള്ളിൽ ഉറങ്ങിയിരുന്നു.

രാഷ്ട്രീയത്തിൽ പയറ്റിത്തെളിഞ്ഞ മാധേവേട്ടന്റെ കണക്കുകൂ

ട്ടലുകൾ പിഴയ്ക്കാറില്ല. തെരഞ്ഞെടുപ്പു കഴിഞ്ഞപ്പോൾ അദ്ദേഹം സംതൃപ്തനായിരുന്നു. മരിച്ച നേതാവിന്റെ സിംഹാസനം അദ്ദേഹത്തിനു കിട്ടി. ആശ്രിതവാത്സല്യം അദ്ദേഹത്തിനു വളരെ ഉണ്ടായിരുന്നു. എന്നോട് അല്പം പ്രത്യേകത പണ്ടേ ഉണ്ടായിരുന്നുതാനും. അവസരം വന്നപ്പോൾ അദ്ദേഹം എന്നെ ഞങ്ങളുടെ ജില്ലയുടെ യുവജനവിഭാഗം നേതാവായി പ്രഖ്യാപിച്ചു. പിന്നെ പലയിടത്തും സ്വീകരണയോഗവും സമ്മേളനവും ഒക്കെയായി. മുതിർന്ന നേതാക്കന്മാർ തന്നെപ്പറ്റി പുകഴ്ത്തി പ്രസംഗിക്കുന്നതു കേട്ടപ്പോൾ ദാസന് അഭിമാനം തോന്നി. ശോഭനമായൊരു രാഷ്ട്രീയഭാവി ആശംസിച്ചു.

ഇവിടുത്തെ സ്വീകരണയോഗം എന്റെ ജന്മനാട്ടിലാണെന്ന് സെക്രട്ടറി പറഞ്ഞപ്പോഴാണ് സത്യം പറഞ്ഞാൽ ഏറെനാളായി മറന്നുകിടന്നിരുന്ന വീടിനെപ്പറ്റി ഓർത്തത്. തിരക്കിനിടയിൽ അവരുമായി ബന്ധപ്പെടാൻപോലും കഴിഞ്ഞിരുന്നില്ല.

യോഗം തീർന്നതോടെ ധൃതിയിൽ വീട്ടിലേക്കു തിരിച്ചു.

ഉമ്മറത്ത് ആരെയും കണ്ടില്ല.

പതുക്കെ വാതിൽ തള്ളിത്തുറന്ന് അകത്തുകയറി. ശബ്ദംകേട്ട് അനിയത്തി ഓടിവന്നു. എന്നെ കണ്ടതും അവൾ കെട്ടിപ്പിടിച്ച് കരയാൻ തുടങ്ങി.

'എന്താ മോളെ, എല്ലാരും എവിടെ? എന്തിനാ നീ കരയുന്നത്?'

തേങ്ങലുകൾ കാരണം അവൾക്കൊന്നും പറയാനായില്ല. അവ്യക്തമായി അവൾ അമ്മ അമ്മ എന്നു പറയുന്നുണ്ടായിരുന്നു. ഞാനവളെ ചേർത്തുപിടിച്ച് ആശ്വസിപ്പിച്ചു.

പിന്നെ 'ഏട്ടനെവിടെയായിരുന്നു' എന്നു ചോദിച്ചുകൊണ്ട് അവളെന്നെ അകത്തെമുറിയിലേക്കു നയിച്ചു. അവിടെ മാല ചാർത്തിയ അമ്മയുടെ ഫോട്ടോയ്ക്കു മുമ്പിൽ അച്ഛൻ നിശബ്ദനായി ഇരിക്കുന്നുണ്ടായിരുന്നു.

തന്നെ കണ്ടപ്പോൾ അച്ഛൻ വിങ്ങിപ്പൊട്ടി.

'മോനേ അമ്മ നമ്മളെ വിട്ടേച്ചു പോയെടാ മക്കളെ.'

പെട്ടെന്നൊരുദിവസം കുളിമുറിയിൽ തലചുറ്റി വീണു. ആശുപത്രിയിൽ എത്തിക്കാൻ കഴിഞ്ഞില്ല. അന്ന് എന്തോ ബന്ദ് ആയിരുന്നുവത്രെ. ആരോ വലിയ ആൾ മരിച്ചതിന്. കുറേപ്പേർ ചേർന്ന് ഞങ്ങളുടെ വണ്ടി തടഞ്ഞുവെച്ചു. രോഗിയാണ് അത്യാവശ്യമാണ് എന്നൊക്കെ പറഞ്ഞുനോക്കി. ഒരു ഫലവുമുണ്ടായില്ല. ആ ബോധക്കേടിൽനിന്ന് പിന്നെ അവൾ ഉണർന്നില്ല. നിന്നെ അറിയിക്കുവാ

നേറെ ശ്രമിച്ചു. നീ എവിടെയാണെന്ന് കൂട്ടുകാർക്കുമറിയില്ലായിരുന്നു. പാർട്ടി ഓഫീസ് വഴി ബന്ധപ്പെടാൻ നോക്കി. അതിനും സാധിച്ചില്ല.

തന്റെ സപ്തനാഡികളും തളരുന്നതായി ദാസനു തോന്നി.

സമസ്താപരാധങ്ങളും പൊറുക്കൂ അമ്മേ എന്ന് പറഞ്ഞ് അവൻ ആ ചിത്രത്തിനു മുന്നിൽ സാഷ്ടാംഗം പ്രണമിച്ചു.

ജലം

മകരക്കൊയ്ത്തുകഴിഞ്ഞ് പാടം വരണ്ടുകിടക്കുകയാണ്. വഴിയാത്രക്കാർ എളുപ്പവഴി തേടി അവളുടെ മാറിൽ തലങ്ങുംവിലങ്ങും പാതകളിട്ടിരിക്കുന്നു. ഒരു കൊച്ചുകാറ്റു വന്നാൽ തലയാട്ടിവിളിക്കുന്ന പച്ച പുതച്ച സുന്ദരിയായിരുന്നു അവൾ, കുറച്ചുനാളുകൾക്കു മുമ്പ്. വയലറ്റുനിറമുള്ള നെല്ലിപ്പൂക്കളും തലനീട്ടിനിൽക്കും കൂട്ടത്തിൽ. വിശ്രമിക്കുന്ന തവളക്കുഞ്ഞുങ്ങളോടായിരുന്നു അമ്മുവിന് ഏറെ ഇഷ്ടം. നടക്കുന്ന ഒച്ചകേട്ട് അവ പേടിച്ച് വെള്ളത്തിലേക്ക് എടുത്തുചാടും. അതുകണ്ട് അമ്മു കൈകൊട്ടിച്ചിരിക്കും. അതിനുവേണ്ടിയാണ് വയലിനക്കരെ ക്ഷേത്രത്തിലേക്ക് അമ്മയോടൊപ്പം കൂടുന്നത്. യാത്ര അവിടംവരെ മതി എന്നാണമ്മുവിന്. പക്ഷെ, അമ്മ സമ്മതിക്കില്ല. ക്ഷേത്രത്തിലെ ദേവനാണത്രെ നമ്മളെ രക്ഷിക്കുന്നത്. അതൊന്നും അവൾക്കു മനസ്സിലായില്ല.

ആ അമ്മു വളർന്നിരിക്കുന്നു. വർഷങ്ങൾക്കുശേഷം ഡോക്ടർ ബിരുദവുമായി അവൾ തിരിച്ചെത്തിയിരിക്കുകയാണ്. ഗൃഹാതുരത്വത്തിനും അപ്പുറമുള്ള ഏതോ ചേതോവികാരത്തോടെ അവൾ ദേവനുമുന്നിൽ കൈകൂപ്പി വാത്സല്യനിധികളായ തന്റെ മാതാപിതാക്കളടക്കം തനിക്കുള്ളതെല്ലാം അവിടുത്തെ ദാനമാണെന്ന് ഇന്നവൾക്കറിയാം. വീട്ടിൽ തിരിച്ചെത്തിയപ്പോൾ അച്ഛനും അമ്മയും എന്തോ തിരക്കിട്ട ചർച്ചയിലായിരുന്നു. വിഷയം തന്റെ കല്യാണക്കാര്യമാണെന്നറിഞ്ഞപ്പോൾ അവൾ സ്വന്തം മുറിയിലേക്കു പോയി.

പാർവ്വതിയാണ് ഊണുമേശയിൽവെച്ച് കല്യാണക്കാര്യം എടുത്തിട്ടത്. പ്രസാദ് കൈകഴുകി കഴിക്കാനിരുന്നപ്പോൾ അവൾ പറഞ്ഞു. 'ഇനി നമുക്ക് അമ്മുവിനെ വിവാഹം കഴിപ്പിച്ച് അയക്കണ്ടേ?'

പ്രസാദിന്റെ മുഖം പെട്ടെന്ന് ഗൗരവം പൂണ്ടു. അയാൾ പറഞ്ഞു, 'ശരിതന്നെ. പക്ഷേ...'

Smitha

'അതെന്താ ഒരു പക്ഷേ?' പാർവ്വതി ചോദിച്ചു.

'നമ്മുടെ രഹസ്യം പൊട്ടിക്കാറായെന്ന് അല്ലേ?'

'എന്തു രഹസ്യം?'

'നീയെന്താ ഒന്നും ആലോചിക്കാതെ പറയുന്നത് പാറൂ? ഒരു പുതിയ ജീവിതം തുടങ്ങുന്നതിനുമുമ്പ് അമ്മു സത്യാവസ്ഥ അറിഞ്ഞിരിക്കണ്ടേ?'

'വേണ്ട. അവൾ അതൊരിക്കലും അറിയാൻ പോകുന്നില്ല.'

'ശരി, പക്ഷെ, നമുക്ക് നമ്മുടെ മകളോട് ഒരു കടമയില്ലേ. മരിച്ചുപോയവർ നമ്മളോട് പൊറുക്കുമോ?'

'എന്തുകൊണ്ടില്ല? നാമെന്തു തെറ്റു ചെയ്തിട്ടാ? മകളെ സ്വന്തം പോലെ നോക്കിയതിന് സന്തോഷിക്കുകയല്ലേ ഉള്ളൂ.'

'ശരിയായിരിക്കാം. എന്നാലും മോൾക്കതറിയാനുള്ള അവകാശമുണ്ട്.'

പാർവ്വതി പെട്ടെന്നു നിശ്ശബ്ദയായി. പേടിപ്പെടുത്തുന്ന ആ ഓർമ്മകളിലേക്ക് തിരിച്ചുപോകാൻ അവളുടെ മനസ്സു മടിച്ചു. എണ്ണമറ്റ ജീവിതങ്ങളുടെ ദുരന്തകഥയായിരുന്നു അത്. അന്നദാതാവായ കടലമ്മ കലികൊണ്ട് ഉറഞ്ഞാടിയ ദിവസം. അക്ഷരാർത്ഥത്തിൽ കടൽത്തിരകൾ കരയിലേക്ക് അതിക്രമിക്കുകയായിരുന്നു. താണ്ഡവം കഴിഞ്ഞ് പിൻമാറിയപ്പോൾ അവശേഷിച്ചത്, സർവ്വവും നശിച്ച ഏതാനും പേർമാത്രം. അവരുടെ ഉറ്റവരും ഉടയവരും അടക്കം സർവ്വതും കടൽകൊണ്ടുപോയി.

കൈനിറയെ സമ്മാനങ്ങളും ഉള്ളുനിറയെ സ്നേഹവുമായി പ്രസാദ് അവധിക്കെത്തിയപ്പോൾ ആ കുടുംബം ഏറെ സന്തോഷിച്ചു. വിനാശത്തിന്റെ വിത്തുമായി കടൽക്ഷോഭം വന്ന് അവരുടെ സ്വപ്നങ്ങളെല്ലാം തകർത്തു. സംഭവിക്കുന്നതെന്തെന്ന് തിരിച്ചറിയും മുമ്പേ വെള്ളം ഇരച്ചുകയറി വീടിനെ വിഴുങ്ങാനെത്തി. പരസ്പരം കൈകോർത്തുപിടിച്ച് വീട്ടുകാരെല്ലാം ഓടി. പിന്നെ പ്രസാദിനോർമ്മവരുമ്പോൾ ആശുപത്രിയിലായിരുന്നു. സ്വന്തമായി ഒന്നും അവശേഷിച്ചിട്ടില്ല. അച്ഛനും അമ്മയും സഹോദരിയുമൊക്കെ നഷ്ടമായിരുന്നു. പക്ഷെ, വിധി അയാൾക്ക് പുതിയൊരു കുടുംബം നേടിക്കൊടുത്തു.

ആ കഥ ഇങ്ങനെ:

പാർവ്വതിയുടെ വീട്ടുകാർ അവളുടെ വിവാഹത്തിനുള്ള തയ്യാറെടുപ്പിലായിരുന്നു. കടൽക്ഷോഭം അവരെയും വെറുതെ വിട്ടില്ല. കൊച്ചുവീടിനെ കടൽത്തിരകൾ ഗ്രസിക്കുന്നതറിഞ്ഞ് ആ അമ്മയും

മകളും പേടിച്ചരണ്ടു. രണ്ടുപേരും ഉയരത്തിലുള്ള ജനൽപ്പടിയിൽ പിടിച്ചുകയറാൻ നോക്കി. ആദ്യം കയറിയ മകൾ അമ്മയ്ക്കുവേണ്ടി കൈ നീട്ടിക്കൊടുത്തു. വിരൽത്തുമ്പിൽ പിടികിട്ടുംമുമ്പേ അവർ താഴെ വീണുപോയി. കൺമുന്നിലൂടെ അമ്മ ഒഴുകിപ്പോകുന്നത് അവൾ കണ്ടു. അമ്മേ എന്ന് ഉറക്കെ വിളിച്ചു. പക്ഷെ, ശബ്ദം പുറത്തുവന്നില്ല. അതിനകം ജനലടക്കം വീടുമുഴുവൻ ഒഴുകുന്നതവളറിഞ്ഞു. ആകെ മരവിച്ച അവസ്ഥയിൽ കണ്ണുകൾ ഇറുകെയടച്ചു. ഓർമ്മവന്നപ്പോൾ രക്ഷാപ്രവർത്തകരുടെ സംരക്ഷണയിലായിരുന്നു. അവർ കാണുമ്പോൾ ജനലിൽ അള്ളിപ്പിടിച്ചുകൊണ്ട് അബോധാവസ്ഥയിൽ കരയ്ക്കണഞ്ഞിരിക്കുന്നു. അത്ഭുതം എന്നപോലെ ഒരു കുഞ്ഞ് അപകടം ഒന്നുംസംഭവിക്കാതെ മാറിൽ ചേർന്നുകിടന്നിരുന്നുവത്രേ. ഏതാനുംവാര അകലെയാണ് പ്രസാദിനെയും അവർ കണ്ടെത്തിയത്. അവർ മൂന്നുപേരും ഒരു കുടുംബത്തിലെ അംഗങ്ങളാണെന്ന് രക്ഷാപ്രവർത്തകർ കരുതി. കഥയെല്ലാം കേട്ടപ്പോൾ പ്രസാദാണ് തീരുമാനമെടുത്തത്. അയാൾ പറഞ്ഞു, 'നമ്മൾ അനാഥരും ദുഃഖിതരുമാണ്. എന്നാൽ നിരാശയും നഷ്ടബോധവും കൊണ്ട് നമ്മുടെ ജീവിതം അർത്ഥശൂന്യമാകരുത്. അതിനാണ് ഈ കൊച്ചുമാലാഖ എത്തിയിരിക്കുന്നത്. ഇവളെ നമുക്ക് വളർത്തണം. അതാവട്ടെ ഇനി നമ്മുടെ ലക്ഷ്യം.'

അമ്മു ഡ്രസ്സു മാറി വന്നു. അമ്മയുടെ കനത്ത മുഖവും അച്ഛന്റെ നിശ്ശബ്ദതയും കണ്ട് അവൾ ചോദിച്ചു.

'എന്തുപറ്റി രണ്ടുപേർക്കും, ഇങ്ങനെ മിണ്ടാതിരിക്കാൻ? ചർച്ച തെറ്റിപ്പിരിഞ്ഞോ? പ്രശ്നമെന്തായാലും പറഞ്ഞോളൂ. അമ്മു പരിഹരിക്കാം.'

അച്ഛൻ എഴുന്നേറ്റ് അവളുടെ തോളിൽ പിടിച്ചുകൊണ്ട് ചോദിച്ചു. 'അമ്മുവിന് ഓർമ്മയുണ്ടോ കുഞ്ഞുന്നാളിൽ നിനക്ക് ആഹാരം കഴിക്കാൻ വലിയ മടിയായിരുന്നു. എന്നും കഥ പറഞ്ഞാണ് നിന്റെ അമ്മ നിന്നെ ഊട്ടിയിരുന്നത്.'

അമ്മുവിന് ചിരി വന്നു.

'പിന്നില്ലേ കാട്ടിലെ രാജാവിന്റെ കഥയും ആപ്പിൾകുട്ടന്റെ കഥയും ഒക്കെ ഇപ്പോഴും കേൾക്കാൻ എനിക്കിഷ്ടമാണ്.'

'എന്നാൽ ഇന്ന് അച്ഛനൊരു കഥ പറയാം. മോളറിയേണ്ട നമ്മുടെ കഥ.'

അച്ഛൻ പറഞ്ഞ കടലമ്മയുടെ കഥ വിശ്വസിക്കാൻ അമ്മുവിനു പ്രയാസം തോന്നി. രാജകുമാരിയുടെ അത്ഭുതകഥ കേൾക്കുന്ന

ലാഘവത്തോടെ എടുക്കാൻ കഴിഞ്ഞെങ്കിൽ എന്നവളാശിച്ചു. ഓർമ്മവെച്ച നാൾമുതൽ സ്നേഹവും വാത്സല്യവും വാരിക്കോരി ത്തന്ന തന്റെ അച്ഛനും അമ്മയും തനിക്കാരുമല്ലെന്നോ? അവളുടെ കണ്ണുകൾ തടാകങ്ങളായി. അവൾ അമ്മയെ കെട്ടിപ്പിടിച്ചു.

'ഇത് എന്റെ അമ്മതന്നെയാണ്... എന്റെ മാത്രം.'

നിസ്സഹായതയോടെ അമ്മ പ്രസാദിനെ നോക്കി. നിശ്ശബ്ദമായി അവൾ പറയുകയായിരുന്നു. 'ഇതുകൊണ്ടല്ലേ ഞാൻ പറഞ്ഞത് ഇവളോടൊന്നും പറയേണ്ടെന്ന്.'

പ്രസാദ് ആ സന്ദേശം മനസ്സിലാക്കി.

അയാൾ അമ്മുവിനോട് ചേർന്നിരുന്ന് അവളെ ആശ്വസിപ്പിച്ചു.

'നീ എന്നും ഞങ്ങളുടെ മോളാണ്. നിന്നെയുംകൊണ്ട് ആരുമ റിയാതെ ഈ നാട്ടിൽ നാം ജീവിക്കുമ്പോൾ എല്ലാവരും അങ്ങനെ തന്നെയാണ് കരുതുന്നതും. ഞങ്ങളോടൊപ്പം ആ രഹസ്യം അവ സാനിച്ചേനെ. പക്ഷെ, നമ്മൾതമ്മിൽ ഒരു രഹസ്യം- അതു വേണോ മോളേ... ആ കുറ്റബോധത്തിൽനിന്ന് അച്ഛന് മോചനം കിട്ടുമായിരുന്നില്ല. ഏതായാലും സത്യം നാം അംഗീകരിച്ചേ മതി യാവൂ. ഇനി മോള് പറയൂ, അച്ഛന്റെ തീരുമാനം തെറ്റാണോ?'

മുഖത്തെ കാറുംകോളും നീക്കി പുഞ്ചിരിച്ചുകൊണ്ട് അമ്മു പറ ഞ്ഞു, 'ഇല്ലച്ഛാ, വലിയവനായ എന്റെ അച്ഛന് തെറ്റു പറ്റില്ല. ഞാൻ തന്നെയല്ലേ അച്ഛന്റെ ഏറ്റവും വലിയ ശരി.'

എല്ലാം കേട്ടുനിന്ന അമ്മയുടെ വിഷമമെല്ലാം അമ്മുവിന്റെ ചിരി യിൽ അലിഞ്ഞുപോയി.

മോചനം

ബാലമുരളി എഴുന്നേറ്റ് അന്നത്തെ പത്രങ്ങളുമായി സോഫയിലിരുന്നപ്പോഴേക്കും രജനി ചായയുമായെത്തി. രണ്ടുപേരും ചായ കുടിക്കാൻ തുടങ്ങി. പെട്ടെന്നാണ് ആ വാർത്ത ബാലുവിന്റെ കണ്ണിൽ പെട്ടത്. ചായ താഴെവച്ച് ഉത്കണ്ഠയോടെ പത്രത്തിൽ ശ്രദ്ധിക്കുന്നതു കണ്ട് രജനി ചോദിച്ചു.

'പത്രത്തിൽ എന്താ വിശേഷം, കുറേനേരമായല്ലോ നോക്കുന്നു? ആ ചായ എടുത്തുകുടിക്ക്.'

അയാൾ പത്രം അയാളുടെ നേർക്ക് നീട്ടി. അവളതു വാങ്ങിയപ്പോൾ മുൻപേജിൽത്തന്നെ ഫോട്ടോസഹിതം കൊടുത്തിരിക്കുന്ന ആ വാർത്ത അവൾ ശ്രദ്ധിച്ചു.

'പ്രൊഫസർ രാജലക്ഷ്മി ആത്മഹത്യ ചെയ്തു.'

പടത്തിനു താഴെ പ്രൊഫസറുടെ ജീവചരിത്രവും കൊടുത്തിരിക്കുന്നു. അതു വായിക്കുമ്പോഴുണ്ടായിക്കൊണ്ടിരുന്ന അവളുടെ മുഖത്തെ ഭാവമാറ്റങ്ങൾ ശ്രദ്ധിക്കുകയായിരുന്നു ബാലമുരളി. അവളെ സമനിലയിലേക്ക് കൊണ്ടുവരാൻ അയാൾ പറഞ്ഞു.

'മലയാളപത്രങ്ങൾ വരുത്തുന്നതുകൊണ്ട് ഇങ്ങനെ ചില പ്രയോജനങ്ങളൊക്കെ ഉണ്ട് അല്ലേ രജനി? നാട്ടിലെ പരിചയക്കാരുടെ വിവാഹം, മരണം മുതലായ വാർത്തകളറിയാൻ അന്യനാട്ടിലിരിക്കുന്നവർക്ക് വാസ്തവത്തിൽ അതൊരനുഗ്രഹംതന്നെയാണ്.'

പക്ഷേ, രാജലക്ഷ്മി ടീച്ചർ അവർക്ക് വെറുമൊരു പരിചയക്കാരി മാത്രമായിരുന്നില്ല. പത്താംക്ലാസിൽ ജയിച്ചപ്പോൾ അവളെ കോളേജിലാക്കാൻ ഏട്ടനും ഏട്ടത്തിയമ്മയും തിരഞ്ഞെടുത്തത് നഗരത്തിലെ പ്രശസ്തസ്ഥാപനമായിരുന്നു. അവിടെവെച്ചാണ് ടീച്ചറെ ആദ്യമായി കാണുന്നത് പ്രവേശനത്തിനു വേണ്ടതെല്ലാം ശരിയാക്കി അവർ ഹോസ്റ്റൽവാർഡനെ സമീപിച്ചു.

അവിടെ നല്ല തിരക്കായിരുന്നു. കുട്ടികളും രക്ഷിതാക്കളും ഊഴം കാത്തുനിൽക്കുന്നുണ്ട്. ഒടുവിൽ രജനിയെ വിളിച്ചു. ഞങ്ങൾ മൂന്നു പേരും വാർഡന്റെ മുന്നിലെത്തി.

ഏട്ടത്തിയമ്മയെ കണ്ടപ്പോൾ അവർ സൂക്ഷിച്ചുനോക്കുന്നതു കണ്ടു. മുഖത്തു പരിചയത്തിന്റെ തെളിച്ചം.

'ലതയല്ലേ?'

'അതെ. ങ്ഹാ...ഇതാര് രാജിയോ? രാജിയാണോ ഇവിടുത്തെ വാർഡൻ? ഇതത്ഭുതമായിരിക്കുന്നല്ലോ. എത്രകാലമായി നമ്മൾ തമ്മിൽ കണ്ടിട്ട്.'

പിന്നെ പുനസമാഗമത്തിന്റെ ആവേശമായിരുന്നു അവർക്ക്. കുശലങ്ങൾക്കുശേഷം എന്നെ അവരെ ഏൽപ്പിച്ച് ഏട്ടനും ഏട്ടത്തിയും മടങ്ങി.

ഏട്ടത്തിയമ്മയുടെ വീടിനടുത്തായിരുന്നു മാഡം താമസിച്ചിരുന്നത്. അവർ സഹപാഠികളും സുഹൃത്തുക്കളുമായിരുന്നു. മാഡത്തിന് അമ്മ മാത്രമേ ഉണ്ടായിരുന്നുള്ളു. അവരുടെ മരണശേഷം നാട്ടിൽ പോകാറുണ്ടായിരുന്നില്ല. പഠിപ്പിച്ച കോളേജിലൊക്കെ വാർഡനായി ജോലി നോക്കി. അച്ചടക്കം കർശനമായിരുന്നതുകൊണ്ട് കുട്ടികൾക്ക് അവരൊരു പേടിസ്വപ്നമായിരുന്നു. അവരിലെ അദ്ധ്യാപികയെ എല്ലാവരും സ്നേഹിക്കുകയും ആദരിക്കുകയും ചെയ്തിരുന്നു. ജീവിതത്തിൽ ഒറ്റപ്പെട്ടുപോയ അവർ ഏകാന്തതയിൽ കൂട്ടും തുണയുമായി കണ്ടത് പുസ്തകങ്ങളെയാണ്. അപാരമായ പാണ്ഡിത്യം അവർക്കുണ്ടായിരുന്നു.

രജനി ഒന്നാംവർഷം ഡിഗ്രി ക്ലാസിലേക്ക് ജയിച്ചു. അപ്പോഴാണ് ബാലമുരളി അവിടെ എത്തുന്നത്. സൈക്കോളജി വിഭാഗത്തിന്റെ തലവനായിരുന്നു അയാൾ. രാജലക്ഷ്മിയായിരുന്നു പ്രിൻസിപ്പാൾ. ആദ്യം കണ്ടപ്പോൾത്തന്നെ സൈക്കോളജിക്കലി നോർമൽ അല്ല മാഡം എന്നൊരു തോന്നൽ അയാൾക്കുണ്ടായി. പിന്നെ സ്വയം ശാസിച്ചു. മഞ്ഞക്കണ്ണട വച്ചു നോക്കുന്നവനു എല്ലാം മഞ്ഞ എന്നപോലെ തനിക്കും സൈക്കോളജി തലയ്ക്കു പിടിച്ചുവോ. പക്ഷെ, അതു വെറും തോന്നൽ മാത്രമല്ലെന്നു പിന്നീടറിഞ്ഞപ്പോൾ അയാൾ അഭിമാനംകൊണ്ടു.

ഒഴിവുസമയം ലൈബ്രറിയിൽ ചെന്നിരിക്കുക ബാലുവിന്റെ ഒരു ശീലമായിരുന്നു. പലപ്പോഴും അവിടെവച്ചു കണ്ടുമുട്ടാറുള്ള രജനിയെ അയാൾ ശ്രദ്ധിക്കാൻ തുടങ്ങി.

ഒരിക്കൽ ചോദിച്ചു, 'കുട്ടി ഏതു ക്ലാസിലാണ്?'

'ഡിഗ്രിക്കാണ്. കെമിസ്ട്രി മെയിൻ.'

അവൾ ആദരപൂർവ്വം പറഞ്ഞു.

അവളെ ചുറ്റിപ്പറ്റി തന്റെ ചിന്തകൾ അലയുന്നത് അയാളറിഞ്ഞു. കെമിസ്ട്രിയിലെ ചന്ദ്രൻ തന്റെ സുഹൃത്തായിരുന്നു. രജനി അവന്റെ ശിഷ്യയാണല്ലോ. അങ്ങനെ അവളെപ്പറ്റി കൂടുതൽ അറിയാൻ കഴിഞ്ഞു. തമാശയായി ചന്ദ്രൻ കൂട്ടിച്ചേർത്തു, 'അടുക്കുന്നതു സൂക്ഷിച്ചുവേണം. പ്രിൻസിപ്പാളിന്റെ സ്വന്തം ആളാണ്.'

റിക്കാർഡും സംശയങ്ങളുമായി ശിഷ്യ സാറിനെ സമീപിക്കുമ്പോഴെല്ലാം കൂടെ കൂട്ടുകാരനും കാണും. അങ്ങനെ ആ സൗഹൃദം വളർന്നു.

'സാറിനെ മാത്രം കാണാനാണോ അടിക്കടി സംശയങ്ങളുമായി എത്തുന്നത്?'

അവൾ മറുപടി പറഞ്ഞില്ല. പക്ഷെ, അരുണാഭമായ ആ മുഖവും ലജ്ജ പുരണ്ട നോട്ടവും അയാൾക്കു വേണ്ടതെല്ലാം അതിലടങ്ങിയിരുന്നു. പിന്നെ അവളെ ശല്യപ്പെടുത്താൻ പോയില്ല. ചന്ദ്രനുമാത്രമറിയാവുന്ന ആ രഹസ്യം രണ്ടുവർഷം ഞങ്ങൾ സൂക്ഷിച്ചു.

രാജിടീച്ചർ തന്നോടു കാണിച്ചിരുന്ന പ്രത്യേക പരിഗണന രജനി അഭിമാനപൂർവ്വം അംഗീകരിച്ചിരുന്നു. കൂട്ടുകാർക്കിടയിൽ പ്രിൻസിപ്പാളിന്റെ 'പെറ്റ്' ആയി അറിയപ്പെടുന്നത് അവൾക്ക് അഭിമാനമായി. മുടക്കത്തിനു ചെല്ലുമ്പോൾ ഏട്ടത്തിയുടെ ക്രോസുവിസ്താരം കേട്ടാൽ തോന്നും രാജി എന്റെ കൂട്ടുകാരിയാണെന്ന്. ഒരു പരിധി വിട്ട് അടുക്കാൻ താനും ഇഷ്ടപ്പെട്ടില്ല. തന്നെ ഒരു സ്വകാര്യസ്വത്തുപോലെ കരുതി ദുസ്വാതന്ത്ര്യം കാട്ടുന്നത് ഒരു മഹാബോറുതന്നെയാണ്. താൻ ആരുമായും അടുക്കാൻ പാടില്ല. പ്രത്യേകിച്ച് പുരുഷന്മാരോട്. ഞങ്ങളുടെ ഡിപ്പാർട്ടുമെന്റിൽ സാറന്മാർ മാത്രമേ ഉണ്ടായിരുന്നുള്ളു. വർഷാവസാനത്തിൽ പരീക്ഷണശാലയിലും ക്ലാസുമുറിയിലും കൂടുതൽ സമയം ചെലവിടാറുണ്ട്. കുട്ടികളെ സ്വന്തം മക്കളെപ്പോലെ ആത്മാർത്ഥമായാണ് ചന്ദ്രൻസാർ പഠിപ്പിച്ചിരുന്നത്. ഓരോരുത്തരെയും പ്രത്യേകം പ്രത്യേകം പരീക്ഷയ്ക്കു തയ്യാറാക്കുന്നത് അവിടെ പുതുമയല്ല. പക്ഷെ ടീച്ചർ അതൊന്നും അംഗീകരിച്ചില്ല.

ഏട്ടത്തിയോടുള്ള കൂറുമാത്രമല്ല, തന്നോടുള്ള പ്രത്യേകതയ്ക്കു കാരണം എന്നു തോന്നിയ ഒരു സംഭവം ആയിടെ ഉണ്ടായി. വർഷാവസാന പരീക്ഷയ്ക്ക് ഏതാനും നാളുകളേ ബാക്കിയുള്ളു. എല്ലാവരും മുറിയ്ക്കുള്ളിൽ പഠനത്തിന്റെ തിരക്കിലാണ്. രജനി

പുസ്തകം നെഞ്ചോടുചേർത്ത് അല്പം മയക്കത്തിലായിരുന്നു. മാഡം അകത്തുവന്നത് അറിഞ്ഞില്ല. പുസ്തകമെടുത്തു വയ്ക്കാൻ തുടങ്ങിയപ്പോഴാണ് ഞെട്ടിയത്. വഴക്കുപറയുമെന്ന് ഭയന്നു. ഏതായാലും അതുണ്ടായില്ല. പെട്ടെന്ന് എഴുന്നേൽക്കാൻ തുടങ്ങിയ തന്നെ അവർ ചേർത്തുപിടിച്ചു.

അവർ മറ്റൊരു ഭാവത്തിലായിരുന്നു. വികാധീനയായാണ് അവർ സംസാരിച്ചത്. പഠിത്തം കഴിഞ്ഞാൽ തന്നെ പിരിയാനാവില്ലെന്നും ആർക്കും തന്നെ വിട്ടുകൊടുക്കില്ലെന്നും മറ്റും അവർ പറയുന്നുണ്ടായിരുന്നു. പെട്ടെന്ന് അവർ തന്നെ വലിച്ചടുപ്പിച്ച് ഗാഢമായി പുണർന്നു. ആ ആലിംഗനത്തിന്റെ ഗാഢത തന്നെ വീർപ്പുമുട്ടിച്ചു. അതിന് ഒരു മാതാവിന്റെയോ ഗുരുവിന്റെയോ സഭ്യത ഉണ്ടായിരുന്നില്ല. എങ്ങിനെയോ അവൾ കുതറിമാറി.

'എന്തുപറ്റി മാഡം?' ഒരുവിധത്തിൽ പറഞ്ഞൊപ്പിച്ചുകൊണ്ട് രജനി വാതിൽക്കലേക്കു നീങ്ങി. രജനിക്കു ആ സംഭവം നിസ്സാരമായി കാണാൻ കഴിഞ്ഞില്ല. മുമ്പും വെറുപ്പുണ്ടാക്കുന്നവിധത്തിൽ അടുപ്പം കാട്ടൽ അവളിൽ നീരസമുണ്ടാക്കിയിരുന്നു. പരീക്ഷ കഴിയുംവരെ അവിടെ കഴിയാൻ അവൾ ഇഷ്ടപ്പെട്ടില്ല. വിവരങ്ങളെല്ലാം ഉടനെ ബാലുവിനെ അറിയിക്കാൻ അവർ തീരുമാനിച്ചു.

അങ്ങനെയാണ് ഏട്ടനെ കാണാൻ ബാലമുരളി രജനിയുടെ വീട്ടിലെത്തിയത്. കാര്യങ്ങളെല്ലാം അവൾ ഏട്ടനെ ധരിപ്പിച്ചു. ലതയോട് രജനിയുടെ വിവാഹാലോചന എന്നേ പറഞ്ഞുള്ളു.

പിന്നെ എല്ലാം മംഗളമായി പെട്ടെന്നുതന്നെ നടന്നു.

നാട്ടിലേക്കു പിന്നെ അവർ കടന്നിരുന്നില്ല.

രജനിയുടെ മുഖത്തെ ഭാവം ശ്രദ്ധിച്ചുകൊണ്ടിരുന്ന ബാലു അവളെ ചേർത്തുപിടിച്ചുകൊണ്ട് പറഞ്ഞു, 'നമുക്ക് ഈ രക്തത്തിൽ പങ്കില്ല.'

മൂസാക്കുട്ടീന്റെ ഉമ്മ

സെയ്തലവി ഹാജിയാരുടെ കാര്യസ്ഥനായിരുന്നു മൂസ്സക്കുട്ടി. ഹാജിയാരുടെ മകൻ ബഷീറ് നിർബന്ധിച്ചിട്ടാണ് അവനാ ജോലി സ്വീകരിച്ചത്. ഇല്ലെങ്കിൽ ബാപ്പാനെ ഒറ്റയ്ക്കു വിട്ടിട്ട് ഗൾഫിലെ ജോലി സ്വീകരിക്കാൻ അയാൾക്ക് കഴിയുമായിരുന്നില്ല. മൂസ്സാക്കുട്ടിയുടെ മേൽനോട്ടത്തിൽ ഹാജിയാരുടെ സ്ഥാപനങ്ങൾ വളർന്നു.

പ്രായത്തിലേറെ പക്വതയും കാണാനഴകും ഉള്ള തന്റെ മകനെ നിക്കാഹ് കഴിച്ചുകാണാൻ അവന്റെ ഉമ്മയ്ക്ക് തിടുക്കമായി. നല്ല ഹൂറിപോലൊരു പെണ്ണിനെയും അവർ അവനുവേണ്ടി കണ്ടുവച്ചു കഴിഞ്ഞു. കോഴിക്കോട്ടങ്ങാടിയിൽ അലുവക്കച്ചവടം നടത്തുന്ന പോക്കറിന്റെ മോള് ജമീലാബി. മണവാളനും മണവാട്ടിക്കും സൗകര്യക്കുറവൊന്നും തന്റെ വീട്ടിലുണ്ടാകാൻ പാടില്ല. അതിനുവേണ്ടി അവർ വീടെല്ലാം മോടി പിടിപ്പിച്ചു. തന്റെ സാധനങ്ങളൊക്കെ വീടിന്റെ വരാന്തയിലെ അകത്തെ മുറിയിലേക്കു മാറ്റി. അവരുടെ മധുവിധുവിന് താനൊരു കരടായിരിക്കരുതെന്ന് അവർക്ക് നിർബന്ധമായിരുന്നു. അതിനു ചില കാരണംകൂടിയുണ്ട്.

വർഷങ്ങൾക്കുമുമ്പ് മൂസാക്കൂട്ടീടെ ബാപ്പാന്റെ ഒപ്പം പുതുമണവാട്ടിയായി ഇവിടെ കാലുകുത്തിയതുമുതൽ തനിക്കുണ്ടായ അനുഭവം അത്ര സുഖകരമായിരുന്നില്ല.

അയലത്തെ വലിയ ബംഗ്ലാവിലാണ് ഹാജിയാരും കുടുംബവും പാർക്കുന്നത്. ഇവിടത്തെ ഉമ്മായ്ക്കും മോനും അയാൾ ദൈവമായിരുന്നു. പകലന്തിയോളം ഉമ്മായ്ക്ക് അവിടെ പണി കാണും. ഒറ്റയ്ക്കിരിക്കേണ്ടെന്നു കരുതി താനും പോകും കൂട്ടിന്. അവിടുത്തെ കുട്ടികളോടൊപ്പം കളിച്ചും ചിരിച്ചും സമയം കളയും. പെട്ടെന്നു തന്നെ ഞങ്ങൾ നല്ല ചങ്ങാത്തത്തിലായി. നല്ല അരുമക്കുഞ്ഞുങ്ങൾ. വീട്ടിലെത്തിയാൽ പിന്നെ ഉമ്മയുടെ ഭാവം മാറും. താനൊരു പുതു

Smitha

മണവാട്ടിയാണെന്ന കാര്യം അവർ ബോധപൂർവ്വം മറക്കും. ഞങ്ങളൊന്നിച്ച് കൊച്ചുവർത്താനം പറയുന്നതൊന്നും അവർക്ക് പിടിക്കൂലാ. അത്താഴം കഴിഞ്ഞ് കിടന്നാലോ വിളക്കണഞ്ഞാൽ തുടങ്ങുകയായി ആവലാതി.

'മോനേ ഓടിവായോ, ഉമ്മായ്ക്ക് ശ്വാസം മുട്ടുന്നെടാ, വയറു വേദനിക്കുന്നെടാ...' ഇങ്ങനെ ഓരോന്ന്.

ആദ്യമൊന്നും ഒരെത്തുംപിടിയും കിട്ടിയിരുന്നില്ല. വിഷമം തോന്നും., എന്നാലും ചിന്തിക്കും, ഉമ്മായ്ക്ക് വയ്യെങ്കിൽ നമ്മളല്ലേ സഹിക്കേണ്ടത്. പിന്നെ അതൊരു നിത്യസംഭവമായപ്പോൾ നിരാശയായി. ഇക്കാനോട് പരാതിപ്പെട്ടപ്പോൾ 'ഒക്കെ ശരിയാവും, സാരമില്ല' എന്നാണ് മറുപടി. ഉമ്മയോട് എതിർവാ പറയൂലെങ്കിലും മൂപ്പർക്കു തന്നെ കാര്യമായിരുന്നു.

ഒരുദിവസം മീൻകറി വച്ചുകൊണ്ടിരിക്കെ അവൾക്കു മനംപുരട്ടുന്നതുപോലെ തോന്നി. വാഴത്തടത്തിലിരുന്നു ഓക്കാനിച്ചപ്പോൾ ഉമ്മ ഓടിവന്നു. കുറ്റബോധം അവളെ വല്ലാതെ തളർത്തി. ഉമ്മേടെ മൊകത്ത് നോക്കാൻ ധൈര്യം വന്നില്ല. അവൾ അവരെ കെട്ടിപ്പിടിച്ചു കരഞ്ഞു. നിസ്സംഗതയോടെ അവർ ആശ്വസിപ്പിച്ചു. 'ദൈവത്തിന്റെ കളിയാണ്. മോള് സമാധാനപ്പെട്.'

ബംഗ്ലാവിലെ ഇത്താത്ത മൂന്നാമതും പ്രസവിച്ചുകെടക്കുന്ന സമയം. തുടരെയുള്ള പ്രസവംമൂലം അവരുടെ ആരോഗ്യസ്ഥിതി വളരെ മോശമായിരുന്നു. കുഞ്ഞാണെങ്കിൽ രാവുമുഴുവൻ കരച്ചിലാണ്. അവർക്കൊരു സഹായത്തിന് കുറച്ചുദിവസം അവിടെ കഴിയാൻ ഉമ്മ എന്നോടാവശ്യപ്പെട്ടു. ഇത്താത്തയുടെ മുറിയോടു ചേർന്ന കൊച്ചുമുറിയിലാണ് ഞാനും കുഞ്ഞുങ്ങളും ഉറങ്ങുന്നത്. അന്ന് നല്ല മഴയായിരുന്നു. ദേഹത്തുകൂടെ എന്തോ ഇഴയുന്നതുപോലെ തോന്നി. താനുണർന്നു. പായയിലൊരനക്കം. അതു ഹാജിയാരായിരുന്നു. അയാൾക്കിങ്ങനെയൊരു മുഖം ഉള്ളതായി മുമ്പൊരിക്കലും തോന്നിയിട്ടില്ല. ഉള്ള ശക്തിമുഴുവനും എടുത്തു അയാളെ ഉന്തിമാറ്റി. ഒരു ഒച്ചപോലും കേൾപ്പിക്കാനാവാതെ ആ മൃഗം എന്നെ കീഴ്പ്പെടുത്തി. ആ പാപത്തിന്റെ കനിയാണ് ഇതെന്നു മനസ്സിലായപ്പോൾ അവളാകെ തളർന്നു. പുതിയ വിശേഷം ഉമ്മ മകനോട് പറഞ്ഞപ്പോൾ മൂസാക്കുട്ടീടെ ബാപ്പയ്ക്ക് ഭാവവ്യത്യാസമൊന്നും ഉണ്ടായില്ല. പക്ഷേ, അവൻ ഉള്ളിൽ രൂപം കൊള്ളുന്തോറും ആ മുഖത്തുനോക്കാൻ ശക്തിയില്ലാതെ വീർപ്പുമുട്ടുകയായിരുന്നു അവന്റെ ഉമ്മ. അവന്റെ വരവിന് ഇനിയൊരുമാസം കൂടിയേ വേണ്ടൂ.

അന്നൊരുദിവസം ഞങ്ങൾ പലതും പറഞ്ഞ് പാതിരാവോളം ഉറങ്ങാതിരുന്നു.

'ഇനി ഇവിടെ നിന്നാൽ ശരിയാവൂല നബീസേ. ഞാൻ നാളെതന്നെ പുറപ്പെടുകയാണ്. ഒരു പുതിയ തൊഴിലും തേടി. പടച്ചോൻ നിനച്ചാൽ നമുക്ക് വീണ്ടും കാണാം. അധികം വൈകാതെ.'

സ്നേഹവും സാന്ത്വനവും വേണ്ടുവോളംതന്ന് എന്റെ പ്രിയപ്പെട്ടവൻ യാത്രയായി. പടച്ചോൻ നിനച്ചില്ല. പിന്നെ ഞങ്ങൾ തമ്മിൽ കണ്ടിട്ടില്ല.

മൂസാക്കുട്ടി വളർന്നപ്പോൾ അവൻ പറയും, 'ഇനി വാപ്പ വരൂല്ല ഉമ്മാ. നമുക്ക് അങ്ങോട്ടു പോകാം.'

തനിക്കും മോഹമുണ്ട്. പക്ഷെ എങ്ങോട്ട്.

ബംഗ്ലാവിലെ ഇത്താത്ത മരണപ്പെട്ടതോടെ കുടുംബകാര്യങ്ങളൊക്കെ നോക്കിയിരുന്നത് ബിയാത്തുമ്മയായിരുന്നു. ഇപ്പോൾ വാർദ്ധക്യംമൂലം അവർക്കൊന്നിനും വയ്യാതായി. ഒരിക്കൽക്കൂടി മരുമകളെ ആശ്രയിക്കാനവർക്ക് ധൈര്യമുണ്ടായില്ല. അത്രയ്ക്കു വെറുപ്പാണവൾക്ക്. അവൾ ആ പടി ചവിട്ടാറേയില്ല. മൂസാക്കുട്ടീനെ അയക്കുന്നത്തന്നെ ന്റെ നിർബന്ധംകൊണ്ടാണ്. അവൾക്കൊട്ടും ഇഷ്ടമായിട്ടല്ല. നല്ലവളായ നബീസുവിനോട് താനെപ്പോഴും ക്രൂരതമാത്രമേ കാട്ടിയിട്ടുള്ളു. ഒരു ബാപ്പയാകാൻ കഴിവില്ലാത്ത മോനെക്കൊണ്ട് അവളെ നിക്കാഹ് ചെയ്യിച്ചത് സ്വാർത്ഥത കൊണ്ടാണ്. ഒരു പെണ്ണിനെ ചതിക്കുന്ന കാര്യം അവനൊട്ടും ഇഷ്ടമില്ലായിരുന്നു. പക്ഷെ, അവൾ വന്നപ്പോൾ അവൻ സന്തോഷിച്ചു. പിന്നെയും വിധി അവനെ വെറുതെ വിട്ടില്ല. അന്യന്റെ കുഞ്ഞിന്റെ ബാപ്പയാകാൻ വയ്യാതെയാണ് എന്റെ മോൻ പിരിഞ്ഞുപോയത്. എല്ലാം എന്റെ പ്രവൃത്തിക്കുള്ള ശിക്ഷയാണെന്ന് ബിയാത്തുമ്മ കരുതി. ഏറെതാമസിയാതെ ഒരു രാത്രിയിൽ അവർ നിത്യനിദ്രയിലാണ്ടു.

അന്ത്യകർമ്മങ്ങൾക്കെല്ലാം മുൻകൈ എടുത്തത് ഹാജിയാർ ആയിരുന്നു. അന്നത്തെ സംഭവത്തിനുശേഷം നബീസ അയാളെ ആദ്യമായി കാണുകയായിരുന്നു. അവിടത്തെ ഇത്താത്തയോടും കുഞ്ഞുങ്ങളോടും അവർക്ക് സ്നേഹമായിരുന്നെങ്കിലും ഇയാളോടുള്ള പകമൂലം അവൾ അകന്നുകഴിയുകയായിരുന്നു.

കർമ്മങ്ങൾ കഴിഞ്ഞ് എല്ലാവരും പോയി. ഹാജിയാർമാത്രം എന്തോ ചിന്തയിലാണ്ട് കസേരയിലിരിപ്പുണ്ട്. നബീസ പതുക്കെ അയാളെ സമീപിച്ചു. അവളെ കണ്ടപ്പോൾ ഹാജിയാർക്ക് വല്ലാത്ത വീർപ്പമുട്ടൽ അനുഭവപ്പെട്ടു.

അയാൾക്കെന്തെല്ലാമോ അവളോട് പറയാനുണ്ടായിരുന്നു.

അയാൾ സാവധാനം പറഞ്ഞുതുടങ്ങി.

'നബീസേ, നിന്നോട് ചെയ്ത തെറ്റിനു ഞാൻ മാപ്പു ചോദിക്കുന്നു. നീയെന്നോട് പൊറുക്കണം. ദൈവശിക്ഷ എനിക്കു കിട്ടിക്കഴിഞ്ഞു. എന്റെ വീടരു പോയി. മനസ്സമാധാനമെന്തെന്നറിഞ്ഞിട്ട് നാളുകളായി. നിന്റെ ഈ അവഗണന- അതാണെനിക്ക് ഏറ്റവും ദുസ്സഹമായത്. കേമനാണെന്ന് ധരിച്ച എന്നെ നീ വെറും പുല്ലുപോലെ കണക്കാക്കി. മാപ്പപേക്ഷിക്കാൻപോലും നീയെനിക്കവസരം തന്നില്ല. ഇനിയെങ്കിലും പ്രായശ്ചിത്തം ചെയ്യാൻ നീയെന്നെ അനുവദിക്കണം. നിക്കാഹ് കഴിച്ച് നിന്നെ ബീടരാക്കി ഞാൻ കൊണ്ടുപോകും. എല്ലാം മറന്ന് എന്നോടൊപ്പം നീയ്യ് വരണം.'

എല്ലാം പറഞ്ഞുകഴിഞ്ഞപ്പോൾ അയാൾക്ക് ആശ്വാസമായി. പക്ഷെ, നബീസ അതൊന്നും ഗൗനിക്കാത്തമട്ടിൽ പറഞ്ഞു.

'മറ്റൊരു കാര്യം പറയാനാ ഞാൻ വന്നത്. മൂസാക്കുട്ടി നിങ്ങടെ മോനാണ്. അവന്റെ നിക്കാഹ് നടത്താൻ നിങ്ങള് സഹകരിക്കണം. എല്ലാം തീരുമാനിച്ചുവച്ചിട്ടുണ്ട്. പിന്നൊരു കാര്യം നിക്കാഹ് കഴിഞ്ഞാൽ അവൻ ഇവിടത്തെ പണി ഉപേക്ഷിക്കും. ബഷീറ് അവനെയും ബീബിയേയും ഗൾഫിലേക്ക് കൊണ്ടുപോകാമെന്ന് പറഞ്ഞിട്ടുണ്ട്.'

എല്ലാം അയാൾ സമ്മതിച്ചു.

വിവാഹാഘോഷങ്ങളെല്ലാം ശുഭമായി പര്യവസാനിച്ചു. മൂസാക്കുട്ടീന്റെ ഉമ്മ വാതിൽപൂട്ടി നേരെ മാളികവീട്ടിലേക്കു നടന്നു. അവിടെ അവന്റെ ബാപ്പ കാത്തുനിൽപ്പുണ്ടായിരുന്നു.

നാലുമണിപ്പൂക്കൾ

ശാരുവിനെ വിദഗ്ദ്ധചികിത്സക്കായി രാമുവിനോടൊപ്പം അയച്ചപ്പോൾ പ്രഭാകരമേനോന്റെ ഉള്ളിൽ ചില കണക്കുകൂട്ടലുകൾ നടന്നു. ചേട്ടന്റെ കാര്യം ആരു നോക്കും? ഇവിടെയും ഡോക്ടറുണ്ടല്ലോ എന്നായിരുന്നു അവന്റെ പ്രതികരണം.

'ഇനി ഒരു ദുരന്തംകൂടി വയ്യ. അവളെ നിനക്കു രക്ഷിക്കാൻ കഴിയും. നീ മിടുക്കനായ ഒരു ഡോക്ടറാണ്. പരിശ്രമിക്കൂ.'

പിന്നെ അവൻ ഒഴിഞ്ഞുമാറിയില്ല.

ദുരന്തങ്ങൾ ഓരോന്നായി അലട്ടാൻ തുടങ്ങിയപ്പോൾ മേനോൻ ഭാര്യയെ ഓർത്തു. സുലുവിനോടൊപ്പം കഴിഞ്ഞ ആ നല്ല നാളുകളുടെ ഓർമ്മ അയാൾക്ക് ആശ്വാസം പകർന്നു. സ്വർഗ്ഗതുല്യമായിരുന്നു ഞങ്ങളുടെ വീട്. അവിടേയ്ക്ക് രാമുവും ചന്ദ്രുവും രണ്ടുമക്കൾ വിരുന്നു വന്നപ്പോൾ മനസ്സാകെ കുളിർത്തു. സുലുവിന്റെ ലോകം പിന്നെ കുട്ടികൾ മാത്രമായിരുന്നു. ഞാൻപോലും രണ്ടാമൻ. അവരുടെ വളർച്ച, ഉയർച്ച- അതേപ്പറ്റി അനവധി സ്വപ്നങ്ങൾ അവൾ നെയ്തുകൂട്ടി.

വിധി മറ്റൊന്നായിരുന്നു.

സ്വപ്നങ്ങളെ എനിക്കു നൽകി അവൾ പോയി മറഞ്ഞു.

ഒന്നായൊഴുകിയ ഞങ്ങളുടെ ജീവിതനൗക വഴിമുട്ടിനിന്നു.

മനസ്സ് മന്ത്രിച്ചു, തകരാൻ പാടില്ല. സുലുവിന്റെ സ്വപ്നം സഫലമാകണം. ആ ദൗത്യം താനേറ്റുവാങ്ങി. മക്കൾ മിടുക്കരായി.

ചന്ദ്രശേഖരൻ ഐ.പി.എസ്സായി.

രാമചന്ദ്രൻ ഡോക്ടറും.

ഇനി ചന്ദ്രുവിന് വിവാഹമാവാം എന്നു തോന്നിത്തുടങ്ങിയ നാളുകൾ. ഒരുദിവസം ഉച്ചയൂണുകഴിഞ്ഞ് ഞങ്ങൾ ഒത്തുചേർന്നപ്പോൾ പ്രശ്നം എടുത്തിട്ടു.

രാമു തുടങ്ങി, 'ഈ വീട്ടിൽ ഒരു പെണ്ണിന്റെ കുറവ് വളരെ ഉണ്ട്. അല്ലേ അച്ഛാ. ചേട്ടൻ ഒന്നു മനസ്സു വച്ചേ പറ്റൂ.'

'എന്റെ സ്നേഹിതൻ ഒരാലോചന കൊണ്ടുവന്നിട്ടുണ്ട്. ചന്ദ്രു എന്തു പറയുന്നു? നോക്കാം അല്ലേ?'

രാമു ഇടയ്ക്കു കയറി പറഞ്ഞു, 'അതെ അച്ഛാ, ഇദ്ദേഹമൊന്നു പച്ചക്കൊടി കാട്ടാൻ ഈയുള്ളവൻ എത്രനാളായി കാത്തിരിക്കുന്നുവെന്നോ. നമ്മുടെ വഴിയൊക്കെ ഇപ്പഴേ ക്ലിയർ ആണ്.' ചേട്ടനെ കെട്ടിപ്പിടിച്ചു മൊഴിഞ്ഞുകൊണ്ട്, 'ഒന്നു വേഗമാക്കൂന്നേയ്.'

കൃത്രിമഗൗരവത്തോടെ അച്ഛൻ ശാസിച്ചു.

'മതി, ഒന്നു മാറിനിൽക്ക്. ചേട്ടൻ പറയട്ടെ. നീ പണ്ടും ഇങ്ങനെയാ. ഒരു കാര്യം കിട്ടിയാൽ മതി ചിലച്ചുകൊണ്ടേയിരിക്കും.'

ചന്ദ്രു ചിരിച്ചുകൊണ്ട് പറഞ്ഞു. 'ശരി അച്ഛാ, അച്ഛന്റെ ഇഷ്ടം നടക്കട്ടെ. എനിക്കു കൂടുതൽ ആലോചിക്കാനൊന്നുമില്ല. ശാരുവിനെ എനിക്കിഷ്ടമാണ്. അമ്മായിക്കും അതറിയാം. അവളുടെ പഠിത്തം മുഴുവനായിട്ട് പറയാമെന്നുകരുതി ഇരിക്കുകയായിരുന്നു.'

'നല്ല കാര്യം മോനേ. എനിക്ക് സന്തോഷമേ ഉള്ളൂ.'

തറവാട്ടിൽ സഹോദരി വിലാസിനിയും കുടുംബവുമാണ് താമസം. എല്ലാ അവധിക്കാലവും ഞങ്ങൾ അവിടെയാണ് ചിലവഴിക്കാറ്. കുട്ടികൾക്ക് നാട്ടിൻപുറത്തിന്റെ സൗന്ദര്യം വളരെ പ്രിയമായിരുന്നു. കളിക്കാൻ ധാരാളം സ്ഥലം. പലതരം കളികൾ. കൂട്ടുകാർ ഒക്കെ അവർക്ക് ഹരമായിരുന്നു. ഊഞ്ഞാലാട്ടമാണ് ഇഷ്ടമുള്ള വിനോദം. കലാശക്കളിയും അതുതന്നെയാവും. ഊഴം കഴിഞ്ഞാൽ മറ്റേയാൾക്ക് വിട്ടുകൊടുക്കാൻ ആരും തയ്യാറാവില്ല. ശാരുവും രാമുവുമാണ് വഴക്കാളികൾ. ചന്ദ്രു ഇടപെട്ട് ശാന്തമാക്കും. അവൻ അന്നും ഗൗരവക്കാരനായിരുന്നു. വളർന്നപ്പോൾ പ്രണയവർണ്ണങ്ങളും ചട്ടക്കൂട്ടിൽ ഒതുക്കിക്കളഞ്ഞല്ലോ.

കല്യാണപിറ്റേന്നു രണ്ടാളുംകൂടി കന്യാകുമാരിക്കു പോയതായിരുന്നു.

വിധി ഒരപകടത്തിന്റെ രൂപത്തിൽ വന്ന് അവരുടെ ജീവിതം അപ്പാടെ തകർത്തു. ശാരികയ്ക്ക് പരുക്കുകൾ നിസ്സാരമായിരുന്നു. ചന്ദ്രുവിന് അതായിരുന്നില്ല സ്ഥിതി. ഏറെനാളത്തെ ചികിത്സയ്ക്കു ശേഷം അവനെ തിരിച്ചുകിട്ടിയത് വെറും ജീവച്ഛവമായിട്ടായിരുന്നു. ഒന്നിനുമാവാതെ ശേഷകാലം കിടക്കയിൽ കഴിയാനായിരുന്നു അവനു വിധി.

എന്തെങ്കിലും അത്ഭുതം സംഭവിക്കുമെന്ന പ്രതീക്ഷയോടെ

Smitha

അവർ കാത്തിരുന്നു. മനസ്സു തളരല്ലേ എന്ന് അച്ഛൻ കാതിൽ മന്ത്രിക്കും. അതുകേട്ട് അവന്റെ കണ്ണുകളിൽ ഇത്തിരി വെട്ടം തെളിയും.

ദുഃഖം രൂപംകൊണ്ടതുപോലെ ശാരി നടക്കുന്നതു കണ്ട് മേനോന്റെ ഹൃദയം വിങ്ങുകയായിരുന്നു. അച്ഛനമ്മമാരോടൊപ്പം കുറച്ചു നാൾ കഴിയാൻ പറഞ്ഞുനോക്കി.

എന്നെ പറഞ്ഞയക്കല്ലേ. ഏട്ടനെ വിട്ടു ഞാൻ പോവില്ല എന്ന് അവൾ ഉറപ്പിച്ചുപറഞ്ഞു.

പരസ്പരം സാന്ത്വനമായി, മനസ്സുകൊണ്ട് രഹസ്യങ്ങൾ കൈമാറി അവർ കഴിഞ്ഞുവന്നു. ആ നുറുങ്ങുവെട്ടവും ഏറെനാൾ നീണ്ടു നിന്നില്ല. ദുരന്തങ്ങൾ ഒരു തീരാശാപമായി ആ കുടുംബത്തെ വേട്ടയാടുകയായിരുന്നു.

ശാരുവിന്റെ ആരോഗ്യം മോശമായി. അവൾ ആരോടും ഒന്നും മിണ്ടാതെയായി. ചന്ദ്രുവിന്റെ കട്ടിലിൽ തല ചായ്ച്ച് ഒറ്റ ഇരിപ്പാണ്. പിന്നെപ്പിന്നെ മുറിവിട്ടിറങ്ങാതെയായി. നിർബന്ധിച്ചാലും കുളിയും ഭക്ഷണവും ഒന്നും ഇല്ല എന്നായി. അവൾക്കതിനു സാധിക്കുന്നില്ല. അങ്ങനെയാണ് മനോരോഗവിദഗ്ധനായ രാമുവിനെ വിളിച്ചുവരുത്തിയത്.

മദിരാശിയിലെ തന്റെ ആശുപത്രിയിൽ രോഗികളുടെ ദുഃഖം പങ്കിട്ട് സ്വന്തം ദുഃഖത്തിന് ആശ്വാസം തേടുകയായിരുന്നു രാമചന്ദ്രൻ. തന്റെ എല്ലാമായ അച്ഛൻ, പിതൃതുല്യനായ ഏട്ടൻ, ഹൃദയത്തിൽ പൂവിട്ട് പൂജിച്ചിരുന്ന മുറപ്പെണ്ണ്. ഒക്കെ ദുഃഖത്തിന്റെ കയത്തിൽ മുങ്ങിത്താഴുകയാണ്. തനിക്കതു നോക്കിനിൽക്കേണ്ടി വന്നിരിക്കുകയാണ്. അന്യനെപ്പോലെ, നിസ്സഹനായി.

തന്നെ നോക്കിയത് ചേട്ടനാണ്. ആ നിയന്ത്രണവും പ്രോത്സാഹനവും ഇല്ലായിരുന്നെങ്കിൽ താൻ ഈ നിലയിൽ എത്തുമായിരുന്നില്ല. കൂട്ടുകാർ എന്നെ പേരല്ല, ചന്ദ്രൂസ് എന്നാണ് വിളിക്കാറ്. ആ ചേട്ടനെ നോവിക്കാനിഷ്ടമില്ലാത്തതുകൊണ്ടാണ്, ശാരു ചേക്കേറിയത് ആ ഹൃദയത്തിലാണെന്നറിഞ്ഞപ്പോൾ അവർക്ക് മംഗളം നേർന്നു മാറിനിന്നത്. പക്ഷേ, തന്റെ ത്യാഗംകൊണ്ട് ഒരു ഫലവുമുണ്ടായില്ലല്ലോ. യൗവനയുക്തയായ ആ നവവധുവിന് താങ്ങാവുന്ന ഭാരമല്ല അവളേറ്റുവാങ്ങിയത്. നൈസർഗ്ഗികതയെ ഉറക്കഗുളികയിൽ മയക്കിക്കളയാമെന്ന അവളുടെ വ്യാമോഹവും ഇതാ തകർന്നു തരിപ്പണമായിരിക്കുന്നു.

താൻ പഠിച്ച ശാസ്ത്രത്തിനു അവളെ രക്ഷിക്കാനാവും. പക്ഷേ, ചേട്ടന്റെ കാര്യം?

ഒടുവിൽ ഒരാളെങ്കിലും രക്ഷപ്പെടട്ടെ എന്ന തീരുമാനത്തിൽ അയാൾ എത്തിച്ചേർന്നു.

പ്രതീക്ഷിച്ചതിലും വേഗത്തിൽ ചികിത്സ ഫലിച്ചു. ഒരു കൊച്ചു കുഞ്ഞിനെയെന്നപോലെ അയാൾ അവളെ പരിചരിച്ചു. കൂടെ അനവധി പേരുടെ പ്രാർത്ഥനയും കൂടിയായപ്പോൾ ശാരിയുടെ രോഗം പൂർണ്ണമായും മാറി. വിവരം അറിഞ്ഞ് അച്ഛനും ശാരിയുടെ അച്ഛനമ്മമാരും എത്തി. ഏറെ നാളുകൾക്കുശേഷം അച്ഛന്റെ മുഖം അല്പം പ്രസാദിച്ചുകണ്ടപ്പോൾ രാമുവിന് ആശ്വാസംതോന്നി.

മേനോൻ മകനെ അരികിൽ വിളിച്ച് ചില കാര്യങ്ങൾ സംസാരിച്ചു. 'മോനേ, ശാരുവിനെ ജീവിതത്തിലേക്ക് തിരിച്ചുകൊണ്ടുവന്നത് നീയാണ്. ഇനി അവൾക്ക് ഒരു ജീവിതം കൊടുക്കേണ്ട ചുമതല നിനക്കുണ്ട്. ഞങ്ങൾ ഒന്നിച്ചെടുത്ത തീരുമാനമാണ്. എതിരൊന്നും പറയണ്ട. ചന്ദ്രുവും അതാഗ്രഹിച്ചിരുന്നു.'

പെട്ടെന്നവൻ ചോദിച്ചു. 'അച്ഛാ എന്റെ ചേട്ടൻ?'

മകനെ ചേർത്തുപിടിച്ച് അച്ഛൻ പറഞ്ഞു, 'മോനേ വിഷമിക്കരുത്. അവന്റെ ബലം മനസ്സിനായിരുന്നു. അതുംനഷ്ടപ്പെട്ടപ്പോൾ പിന്നെ അവനുപിടിച്ചുനിൽക്കാനായില്ല. അവൻ പോയി. ഇവിടുത്തെ സ്ഥിതി ഇങ്ങനെയല്ലേ. അതാണ് ഒന്നും അറിയിക്കാഞ്ഞത്.'

പിറ്റേന്ന് കല്യാണമാലയും ചാർത്തി മല്ലികാർജ്ജുനക്ഷേത്രത്തിന്റെ ഗോപുരനടയിൽ അവർ നിന്നു. അപ്പോൾ അവരെ തഴുകി നീങ്ങിയ കുളിർകാറ്റിന് സ്നേഹത്തിന്റെ ആർദ്രത അനുഭവപ്പെട്ടു.

ഒരു പറ്റം കിളികൾ കലപില പാടി അവർക്കു മംഗളം നേർന്നു.

ഓപ്പോൾ

കിങ്ങിണി ഉണർന്നു ചുറ്റും നോക്കി.

അടുത്ത് അമ്മയെ കാണുന്നില്ല.

എവിടെപ്പോയി? ഓപ്പോൾക്ക് കണ്ണനെ കൊണ്ടുവരാൻ പോയിരിക്കുമോ?

മുത്തശ്ശി പറഞ്ഞിരുന്നു, കുറച്ചുദിവസം കഴിഞ്ഞാൽ കിങ്ങിണിയെ 'ഓപ്പോൾ' എന്നുവിളിക്കാൻ ഒരു കുഞ്ഞുവാവ വരുമെന്ന്. അവന് ഓപ്പോളെ കാണാൻ ധൃതിയായിരിക്കയാണത്രേ. ഈ അമ്മ അവനെ ഒളിപ്പിച്ചിരുത്തിയിരിക്കയാണ്. അതാണ് അമ്മയുടെ വയർ ഇത്ര വലുതായത്. കിങ്ങിണി മിടുക്കത്തിയായിരുന്നാലേ അവൻ വരൂള്ളത്രേ. പാൽ കുടിക്കാൻ മടി കാട്ടരുത്. മുത്തശ്ശിയെ കുളിപ്പിക്കാൻ സമ്മതിക്കണം. വൈകുന്നേരം പാർക്കിൽ പോകുമ്പോൾ അച്ഛന്റെ ഒക്കത്തിരിക്കണം. ഇങ്ങനെ എത്രയെത്ര നിബന്ധനകളാണെന്നോ.

ഒക്കെ ഓപ്പോൾ സമ്മതിച്ചു.

എങ്ങിനെയെങ്കിലും കണ്ണൻ വന്നോട്ടെ. എന്നിട്ടുവേണം പ്ലേ സ്കൂളിലെ കൂട്ടുകാരെയൊക്കെ ഒന്നു കാണിച്ചുകൊടുക്കാൻ. ബാബുവിന്റെ ഓപ്പോളെപ്പോലെ താനും ഓപ്പോളായെന്ന് അവരോടൊക്കെ പറയാൻ.

ബാബുവിന്റെ ഓപ്പോളെ കാണാൻ എന്തു ഭംഗിയാണെന്നോ. ഞങ്ങൾക്കൊക്കെ വലിയ ഇഷ്ടമാണ്. ഓപ്പോൾക്ക് കുറെ പാട്ടും ഡാൻസും അറിയാം. ബാബുവിന് മുടി ചീകികൊടുക്കുന്നതും ഓപ്പോളാണത്രെ. ഓ, എന്റെ കണ്ണനൊന്നു വരാൻ എനിക്കു തിടുക്കമായിരിക്ക്ണു. ചിന്തകൾക്ക് വിരാമമിട്ട് മുത്തശ്ശി കടന്നുവന്നു.

'കിങ്ങിണി ഉണർന്നോ, നോക്കൂ ആരാ വന്നിരിക്ക്ണതെന്ന്.'

മുത്തശ്ശി അവളെ എടുത്ത് തുരുതുരെ ഉമ്മവച്ചു.

Smitha

എന്താണാവോ ഇത്ര സന്തോഷം.

വരാന്തയിൽക്കൂടി രണ്ടാളുംകൂടി ഓടുകയായിരുന്നു. അച്ഛന്റെ കിടപ്പുമുറിയിലെത്തിയിട്ടാണ് നിന്നത്. അവിടെ അമ്മയുടെ കൂടെ അതാ കിടക്കുന്നു ഒരു കുഞ്ഞുവാവ. നല്ല ഉറക്കമാണല്ലോ.

'കണ്ണുതുറക്ക് കണ്ണാ, ദേ ഓപ്പോള്.'

ഹായ് കേൾക്കാനെന്തു രസം!

കിങ്ങിണിക്ക് സന്തോഷമായി. കണ്ണനെ അവൾക്ക് ഇഷ്ടായി.

എന്നാലും അമ്മയുടെ ഇത്ര അടുത്ത് കിടക്കുന്നതു കണ്ടപ്പോൾ ഓപ്പോൾക്ക് ദുഃഖം തോന്നി. അതു വേണ്ടായിരുന്നു.

രക്ഷിതാവ്

പാലക്കാടൻചുരം കടന്നുവരുന്ന തണുത്ത കാറ്റേറ്റുകൊണ്ട് ആ അച്ഛനും മകനും യാത്ര തുടർന്നു. നേരം പുലർന്നുവരുന്നതേയുള്ളു. അതാവും പാത വിജനമായി തോന്നിയത്. വർഷത്തിലൊരിക്കൽ പതിവുള്ളതാണ് ഈ യാത്ര. അമ്മയെ കാണാൻ തറവാട്ടിലേക്ക്.

വലിയ ഗേറ്റുകടന്ന് അവർ അകത്തുകയറി. താമസിക്കാനാളില്ലാതായപ്പോഴാണ് വിശാലമായ വീടും വളപ്പും 'അഗതിമന്ദിരം' നടത്താൻ വിട്ടുകൊടുത്തത്. അതിന്റെ മാനേജർ ജോസഫ് അവരെ സാദരം എതിരേറ്റു.

അയാൾ പറഞ്ഞു, 'സർ, അവടത്തെ ബന്ധുവാണെന്ന് പറഞ്ഞ് ഇന്നലെ ഇവിടെ ഒരാളെത്തിയിട്ടുണ്ട്. സാറു വന്നിട്ട് തീരുമാനമുണ്ടാക്കാമെന്നു കരുതി തൽക്കാലം ഇവിടെ താമസിപ്പിച്ചു.

'ശരി. അങ്ങനെയാവാം.' രാജശേഖരൻ മകനെയും കൂട്ടി ബംഗ്ലാവിനകത്തേക്കു കയറി. പൂമുഖത്തെ സോഫയിൽ അവർ ഇരുന്നപ്പോഴേക്കും ജോസഫ് പുതിയ അതിഥിയുമായെത്തി. അയാൾ സ്വയം പരിചയപ്പെടുത്തി.

'ഞാൻ മേജർ മാധവൻനായർ. ഇവിടെ താമസിച്ചിരുന്ന എന്റെ ബന്ധുക്കളെ അന്വേഷിച്ചിറങ്ങിയതാണ്. കുറച്ചുകാലമായി ഞങ്ങൾ തമ്മിൽ സമ്പർക്കമുണ്ടായിരുന്നില്ല. അവരുടെ വിവരങ്ങൾ അറിയാൻ താല്പര്യമുണ്ട്.

രാജശേഖരൻ അയാളെ സൂക്ഷിച്ചുനോക്കി. പഴയ പ്രതാപമൊക്കെ പോയിരിക്കുന്നു. മേജർസാബ് സട കൊഴിഞ്ഞ സിംഹത്തെപ്പോലെ അവശനായിട്ടുണ്ട്. പട്ടാളസേവനത്തിന്റെ സമ്മാനമാകും കുതിരക്കാലിലാണ് നടപ്പ്.

രാജശേഖരൻ അയാളോട് പറഞ്ഞു, 'മിസ്റ്റർ നായർ, ഇരുന്നാ

ട്ടെ. ഞങ്ങൾക്ക് ചില കാര്യങ്ങൾ പെട്ടെന്നു ചെയ്തുതീർക്കാനുണ്ട്. അതിനുശേഷം നമുക്ക് സംസാരിക്കാം.

മേജർ സോഫയിലിരുന്ന് പുറത്തേക്കു നോക്കി. പഴയ ആ നെല്ലിമരം നിറയെ കായ്ച്ചുനിൽക്കുന്നു. പണ്ടത്തെപ്പോലെ ആ മരമൊന്നു കുലുക്കി കായ്കൾ താഴെ വീഴ്ത്താൻ അയാൾക്കു തോന്നി. ഉത്സാഹത്തോടെ പെറുക്കിക്കൂട്ടാൻ അമ്മുക്കുട്ടി വരുമോ? ഗ്രാമത്തിന്റെ മുഴുവൻ ശാലിനത അലിഞ്ഞുചേർന്ന തന്റെ സുന്ദരിക്കുട്ടി. അവളിപ്പോൾ എവിടെയാണ്.

മാധവേട്ടന്റെ പട്ടാളക്കഥ കേൾക്കാനെന്തിഷ്ടമായിരുന്നു അവൾക്ക്. അമ്മായിയുടെ കണ്ണുവെട്ടിച്ച് എപ്പോഴും ഓടിയെത്തുമായിരുന്നു അവൾ. സുകുവിന്റെ കൂട്ടുകാരൻ ഒരുവൻ അന്നവിടെ താമസിച്ചിരുന്നു. അവനെ തനിക്ക് ഒട്ടും ഇഷ്ടമായിരുന്നില്ല. അമ്മുവിന്റെ രക്ഷിതാവ് അവനാണെന്നാണ് അവന്റെ ഭാവം. ഒരു നിഴലെന്നപോലെ അവന്റെ നോട്ടം എപ്പോഴും അവൾക്കു ചുറ്റും ഉണ്ടായിരുന്നു.

രാജശേഖരൻ സ്ഥലത്തെ ബാങ്കിൽ മാനേജരായി സ്ഥലം മാറിവന്നപ്പോൾ യാദൃച്ഛികമായാണ് കൂട്ടുകാരനായ സുകുവിനെ കണ്ടത്. താമസിക്കാനൊരു വീടു കണ്ടുപിടിച്ചുതരണമെന്നു പറഞ്ഞപ്പോൾ സ്വന്തം വീട്ടിലേക്കാണ് അവൻ തന്നെ കൊണ്ടുപോയത്. വിശാലമായ വളപ്പും വലിയ വീടും. മനോഹരമായ സ്ഥലം. അന്തേവാസികളായി അവനും അമ്മയും അനിയത്തിയും മാത്രം. പകൽസമയം സൊള്ളാനും കൂട്ടുകൂടാനും വേണ്ടി കാരണവന്മാർ ഉപയോഗിച്ചിരുന്ന കയ്യാല ഒഴിഞ്ഞുകിടപ്പുണ്ടായിരുന്നു. അവിടത്തെ താമസം തനിക്കു വളരെ സുഖകരമായിരുന്നു. ക്രമേണ ആ വീട്ടിലെ ഒരംഗത്തെപ്പോലെയായി താനും.

ഒരുദിവസം അവരുടെ ബന്ധുവായ ഈ പട്ടാളക്കാരൻ അവിടെ വിരുന്നുവന്നു. ഒരു അഹങ്കാരിയുടെ മട്ടും ഭാവവും ആയിരുന്നു അയാൾക്ക്. സ്നേഹപ്രകടനങ്ങളും സംസാരരീതിയും ഒക്കെ അസാധാരണവും കൃത്രിമത്വം നിറഞ്ഞതുമായിരുന്നു. പിന്നെ അയാൾ സുകുവിനേക്കാൾ കൂടുതൽ അധികാരത്തോടെ പെരുമാറാൻ തുടങ്ങി. എന്തുകൊണ്ടോ ആ മേധാവിത്വം നല്ലതിനല്ലെന്നു തനിക്കു തോന്നി. നാണംകുണുങ്ങിയായിരുന്ന അമ്മുവിലും ചില മാറ്റങ്ങൾ ശ്രദ്ധിച്ചു. അയാൾക്കും ചുറ്റും പറക്കുന്ന ഒരു ചിത്രശലഭമായി മാറി അവൾ. ഒരിക്കൽ അതിർത്തി ലംഘിക്കുന്നതായി തോന്നിയപ്പോൾ താനവളെ വിലക്കിയിരുന്നു. അതവൾക്ക് ഇഷ്ടമായില്ല.

Smitha

അവൾ പറഞ്ഞു, 'ചേട്ടന് അസൂയയാ. മാധവേട്ടൻ എത്ര നല്ല ആളാണെന്നറിയാമോ?' ഒരു രഹസ്യംപോലെ അവൾ മന്ത്രിച്ചു. 'ഞങ്ങൾ കല്യാണം കഴിക്കാൻ പോവാണെന്ന അമ്മ പറഞ്ഞല്ലോ.'

മുഖത്തൊരടി കൊണ്ടതുപോലെ രാജനു തോന്നി. അയാൾ സ്വയം ചോദിച്ചു നിനക്ക് അസൂയയുണ്ടോ?

സുകുവിനില്ലാത്ത ശങ്ക തോന്നാൻ അവൾ തന്റെ ആരാണ്? പിന്നെ അവിടെ നിൽക്കാൻ തോന്നിയില്ല. ലീവെടുത്ത് നാട്ടിൽ പോയി. ഏതാനും നാളുകൾക്കുശേഷം നഗരത്തിൽവെച്ച് സുകുവിനെ കണ്ടു. അവൻ തന്നെ കാണാനിരിക്കുകയായിരുന്നു യാത്ര ചോദിക്കാൻ. വിദേശത്തൊരു ജോലിക്കായി അവൻ നാളെ ഇവിടെ നിന്നു തിരിക്കുമെന്നു പറഞ്ഞു. അമ്മയെയും അമ്മുവിനെയും കുറിച്ചറിയണമെന്നുണ്ടായിരുന്നു. ചോദിക്കാനവസരം കിട്ടിയില്ല. അവൻ പെട്ടെന്നു പോയിക്കളഞ്ഞു. താനും തിരക്കിലായിരുന്നു. അതുകൊണ്ട് ഒരു ഞായറാഴ്ച താൻ അവന്റെ വീട്ടിലേക്കു ചെന്നു. ഉമ്മറത്ത് ആരെയും കണ്ടില്ല. പതുക്കെ അകത്തേക്കു കയറി. സ്വർഗ്ഗംപോലെ സുന്ദരമായിരുന്ന ആ വീട് ആകെ മൂകമായിത്തോന്നി. അമ്മ കട്ടിലിൽ കിടപ്പുണ്ടായിരുന്നു. തന്നെ കണ്ടപ്പോൾ എഴുന്നേറ്റിരുന്നു. അവർ വളരെ ക്ഷീണിതയായിരുന്നു.

'എന്തുപറ്റി അമ്മേ സുഖമില്ലേ?' എന്നു ചോദിച്ചുകൊണ്ട് അയാൾ അടുത്തിരുന്നു.

'എല്ലാം പറയാം. മാധവൻ അമ്മുവിന്റെ മുറച്ചെറുക്കനാണ്. അവന്റെ ഇഷ്ടം നോക്കണമല്ലോ. അതാ നീ യാത്ര പറഞ്ഞപ്പോൾ എനിക്കു തടയാൻ കഴിയാഞ്ഞത്. നീ പൊറുക്കണം.'

'അതിനെനിക്ക് പരിഭവമൊന്നും ഇല്ലല്ലോ അമ്മേ.' അവൻ ചിരിച്ചു.

'വിവാഹം കഴിഞ്ഞേ പോകുന്നുള്ളൂ എന്നാണ് മാധവൻ പറഞ്ഞിരുന്നത്. പക്ഷേ, പെട്ടെന്നൊരുദിവസം അവൻ പോയ്ക്കളഞ്ഞു. യുദ്ധമാണെന്നു കേട്ടു. പിന്നീട് ഒരു വർത്താനവും അറിഞ്ഞില്ല. അവൾക്കാണെങ്കിൽ ഇനി അധികം കാക്കാനും പറ്റാത്ത അവസ്ഥയാണ്. അപമാനംകൊണ്ടു പിണങ്ങിയാണ് സുകു പോയത്. തെറ്റു ചെയ്തെന്നു പറഞ്ഞ് എനിക്ക് വിട്ടേച്ചു പോകാനൊക്കുമോ?

'എന്നിട്ട് അവളെവിടെ അമ്മേ?'

'മുകളിലേക്ക് ചെല്ല്. അവിടെ ഉണ്ടാകും. പുറത്തിറങ്ങാറില്ല.'

അന്നത്തെ സംഭവത്തിനുശേഷം തമ്മിൽ കണ്ടിട്ടില്ല. തന്നോടവൾ എങ്ങനെ പ്രതികരിക്കും എന്നറിയില്ല. എന്നാലും അവളെ

രക്ഷിച്ചേ മതിയാവൂ. ആ കുടുംബത്തേയുംകൊണ്ട് അയാൾ അന്നു തന്നെ സ്ഥലംവിട്ടു.

ഉണ്ണിക്കുട്ടന്റെ വരവോടെ ജീവിതത്തിനു പുതിയ അർത്ഥങ്ങളായി. എല്ലാവരുടെയും കണ്ണിലുണ്ണിയായി അവൻ വളർന്നു.

മകൻ കുളിച്ച് ഈറനുടുത്തു വന്നു.

അവൻ വിളിച്ചു. 'അച്ഛൻ വരൂ...സമയമായി.'

ഒപ്പംകൂടാൻ രാജൻ അയാളെയും വിളിച്ചു. 'വരൂ മാധവേട്ടാ. എന്റെ കൂടെ വരണം. നമുക്കെല്ലാം സംസാരിക്കാം.'

അവരൊന്നിച്ച് ആ നെല്ലിച്ചുവട്ടിലെത്തി. അവിടെ തന്റെ മകൻ അമ്മയ്ക്ക് ഉദകക്രിയ ചെയ്യുകയാണ്.

ഇളയതു പറഞ്ഞു, 'അമ്മയെ മനസ്സിൽ ധ്യാനിച്ച് ഒരിക്കൽ നീര്, മൂന്നു പൂവാരാധിച്ച്...'

മാധവേട്ടൻ പകച്ചുനിന്നു. ആ കാഴ്ച അയാളോട് സ്വയം സംസാരിക്കുകയായിരുന്നു.

ചെവിയിൽ രാജശേഖരൻ മന്ത്രിച്ചു.

'അവൾ ഇവിടെ ഉറങ്ങുന്നു. മാധവേട്ടന്റെ അമ്മു....എല്ലാ പരിശുദ്ധിയോടുംകൂടി. ഒരു സ്പർശനംകൊണ്ടുപോലും അവളെ മലിനപ്പെടുത്തിയിട്ടില്ല. ഞാനൊരു രക്ഷിതാവുമാത്രം. അവൾക്കു കൂട്ടായി ഇനി താങ്കൾക്കിവിടെ കഴിയാം. എന്നെ പരിചയപ്പെടുത്തണ്ടേ, ഞാൻ രാജശേഖരൻ. ഇതെന്റെ മകൻ ഉണ്ണിക്കുട്ടൻ.'

വിടർന്ന കണ്ണുകളോടെ മാധവൻ മകനെ നോക്കിക്കണ്ടു.

പോരുമ്പോൾ ജോസഫിനെ വിളിച്ചുപറഞ്ഞു, 'ഇദ്ദേഹം നമ്മുടെ അതിഥിയാണ്. നന്നായി സംരക്ഷിക്കണം.'

'ശരി സാർ.'

മടക്കയാത്രയിൽ രണ്ടുപേരും ഒന്നും മിണ്ടിയില്ല.

അച്ഛനെ ഏതോ ചിന്ത അലട്ടുന്നതായി ഉണ്ണിക്കു തോന്നി. അവൻ പതുക്കെ അച്ഛന്റെ വലതുകരം പിടിച്ച് മടിയിൽവച്ചു. എന്നിട്ട് അയാളോട് ചേർന്നിരുന്നു.

സമാന്തരങ്ങൾ

അഞ്ചുമണിക്ക് അലാറം കേട്ട് സിസ്റ്റർ സൂസന്ന എഴുന്നേറ്റു. ദിനചര്യകളും പതിവുജോലികളും തീർത്ത് തയ്യാറായി. പ്രാർത്ഥനയും പ്രാതലും കഴിച്ച് കോളേജിലെത്തി. പുതിയ അഡ്മിഷനുള്ള ദിവസമാണ്. സുമം നേരത്തെ എത്തിയിരുന്നു. യോഗ്യത നോക്കി തെരഞ്ഞെടുത്ത കുട്ടികളുടെ ലിസ്റ്റുമായി തന്നെ കാത്തിരിക്കുകയാണ്. ഒപ്പിടുന്നതിനിടയിൽ പേരുകളും വിവരങ്ങളുമൊക്കെ ഒന്നോടിച്ചുനോക്കുകയായിരുന്നു.

ഒന്നാമതായി 'അന്നാമൂർത്തി' എന്നു കണ്ടപ്പോൾ എന്തോ പ്രത്യേകത അനുഭവപ്പെട്ടു. കൂടുതൽ വിവരങ്ങൾക്കായി മേൽവിലാസം മുഴുവൻ വായിച്ചതോടെ വിവിധ വികാരങ്ങൾകൊണ്ട് അവർക്ക് വീർപ്പുമുട്ടി. തനിക്കേറെ പ്രിയപ്പെട്ടതും സുപരിചിതവുമായ ഒരിടത്തുനിന്നാണിവൾ വന്നിരിക്കുന്നത്.

'സുമം ഈ കുട്ടിയോട് എന്നെ വന്നു കാണാൻ പറയണം. മൂന്നു മണിക്കു വന്നോട്ടെ.' ഇങ്ങനെ പറഞ്ഞ് സിസ്റ്റർ എഴുന്നേറ്റു.

വരാന്തയിൽ കുട്ടികളുടെ ബഹളമായിരുന്നു. അവർ തിരക്കിട്ട് ക്ലാസ്മുറിയിലേക്കു പോയി. അവസാനവർഷക്കാർക്കാണ് ക്ലാസെടുക്കേണ്ടത്. ഷേക്സ്പിയർ നാടകങ്ങൾ തന്റെ പ്രിയപ്പെട്ട വിഷയമായിരുന്നു. എങ്കിലും വിശദീകരണങ്ങൾക്കിടയിൽ പലപ്പോഴും മനസ്സാന്നിദ്ധ്യം നഷ്ടപ്പെട്ടു. മനസ്സ് അന്നാമൂർത്തിയെ കാണാനുള്ള ആകാംക്ഷയിലായിരുന്നു. അവളെങ്ങിനെയിരിക്കും? ചുമ്മാ ഓർത്തു നോക്കി.

ക്ലാസു കഴിഞ്ഞ് വിശ്രമിക്കുകയായിരുന്നു സിസ്റ്റർ. ഓർമ്മകൾ അവരെ വർഷങ്ങൾക്കു പിന്നിലേക്ക് നയിച്ചു. അന്നവർ ലിറ്ററേച്ചർ ബി.എ ക്ലാസിലെ പുതിയ വിദ്യാർത്ഥിനിയായിരുന്നു. നഗരത്തിലെ പ്രശസ്തമായ കോളേജ്. മിക്സഡ് കോളേജിൽ ആദ്യമായാണ്.

സ്വല്പം പരിഭ്രമം ഇല്ലാതില്ല. എന്നാലും ഗമ കുറച്ചില്ല. ക്ലാസ് തേടി നടന്നു. സരസ്വതീദേവിയുടെ പ്രതിമയുള്ള വലിയ ഹാൾ സയൻസു കാർക്കുള്ളതാണ്. വലതുവശത്തുനിന്ന് സൾഫർ ഡയോക്സയി ഡിന്റെ മടുപ്പിക്കുന്ന മണം. അത് കെമിസ്ട്രിക്കാർക്കുള്ളതാകും. വരാന്തയിലൂടെ നടന്നു. അകത്ത് കോണിപ്പടികൾ. മുകളിലെത്തി യപ്പോൾ ലക്ചർ ഹാൾ കണ്ടു. കുറച്ചുപേർ അവിടവിടെയായി ഇരി ക്കുന്നുണ്ട്. ഒരാൾ മേശയിൽ കൈയൂന്നി ബോർഡിലെന്തോ വര യ്ക്കുന്നുണ്ട്. അതാവും സാറ്.

വാതിൽക്കൽനിന്നുകൊണ്ട് ചോദിച്ചു, 'മേ ഐ കമിൻ സാർ'

സാർ തിരിഞ്ഞുനോക്കി. എല്ലാവരും പകച്ചുനോക്കുന്നതല്ലാതെ കടന്നുചെല്ലാൻ പറയുന്നില്ല. പിന്നെ എല്ലാരുംകൂടെ കോറസ്സു പോലെ 'യെസ് മാഡം' എന്നുപറഞ്ഞ് എഴുന്നേറ്റുനിന്നു. ക്ലാസ് തെറ്റിപ്പോയെന്നുതോന്നി തിരിച്ചുനടക്കാൻ തുടങ്ങുകയായിരുന്നു. അപ്പോഴാണ് സാർ വന്ന് ഏതു ക്ലാസിലേക്കാണ് പോകേണ്ടത് എന്നു ചോദിച്ചത്. മുഖത്തെ പരിഭ്രമം കണ്ടതുകൊണ്ടാവാം ശാന്ത നായി പറഞ്ഞു, 'ഈ വരാന്തയുടെ അറ്റത്തെ നാലു ക്ലാസുകളാണ് ബി.എക്കാർക്കുള്ളത്. അപ്പോഴേക്കും ക്ലാസ് കാണിച്ചുതരാൻ പറ ഞ്ഞയച്ച് അറ്റന്ററും അടുത്തെത്തി. 'അതു കോമേഴ്സുകാരുടെ ക്ലാസാണ്.' ഛെ അയാൾക്കതു നേരത്തെ പറയാമായിരുന്നില്ലേ.

വൈകിട്ട് ഹോസ്റ്റലിൽ എത്തിയപ്പോഴേക്കും കൂട്ടുകാരും ചേച്ചി മാരും ഒക്കെയായി, എല്ലാവരുംകൂടി ആദ്യദിവസത്തെ വിശേഷങ്ങൾ പങ്കിടുകയായിരുന്നു. എന്റെ ചമ്മലിന്റെ കഥ എല്ലാവർക്കും ചിരിക്കു വക നൽകി. ഞാൻ പറഞ്ഞ 'സാറ്' എം.കോം വിദ്യാർത്ഥി കൃഷ്ണ മൂർത്തിയായിരുന്നു. അവസാനവർഷക്കാരുടെ ക്ലാസിലാണ് താൻ ചെന്നുകയറിയത്. അയാളാണ് തനിക്ക് ക്ലാസ് കാണിച്ചുതന്നത് എന്നു പറഞ്ഞിട്ട് അവർക്കാർക്കും വിശ്വാസമായില്ല. അയാൾ ക്രിക്കറ്റ്ടീമിന്റെ ക്യാപ്റ്റൻ ആണ്. നന്നായി ചിത്രംവരയ്ക്കും. ആർ ട്ട്സ്ക്ലബ്ബിന്റെ പരിപാടികളിൽ സജീവമായി പങ്കുകൊള്ളും. പ്രസം ഗിക്കും. ഈ സർവ്വകലാവല്ലഭനോട് പെൺകുട്ടികൾക്ക് വലിയ ആരാ ധനയാണത്രെ. പക്ഷേ ഇദ്ദേഹം ഇക്കൂട്ടരെ ഗൗനിക്കാറില്ല എന്നാണ് പരാതി.

പിറ്റേന്നു ക്ലാസിലേക്ക് വരുമ്പോൾ കോണി കയറിയത് ഒന്നി ച്ചായിരുന്നു. ഇന്നലെ സഹായിച്ചതിന് നന്ദി പറഞ്ഞു. ഗൗരവക്കാ രന്റെ മുഖത്ത് ഒരു പുഞ്ചിരി വിടർന്നു. പിന്നെ പലപ്പോഴും കാണാ റുണ്ട്. ഒന്നും സംസാരിക്കാറില്ല. എന്നാലും ആ മൗനത്തിനും ഏറെ

അർത്ഥങ്ങളുള്ളതായി തോന്നി. പതുക്കെ ആ സൗഹൃദം വളർന്നു. പരസ്പരം വളരെ അടുത്തു. യാഥാസ്ഥിതികരായ ബ്രാഹ്മണകുടുംബത്തിലെ കൃഷ്ണമൂർത്തിക്ക് ക്രിസ്ത്യാനിയായ സൂസന്നാ ജോണിനോട് തോന്നാൻപാടില്ലാത്ത ആ വികാരത്തെ സമൂഹം അംഗീകരിക്കില്ലെന്ന് രണ്ടാൾക്കും നന്നായി അറിയാമായിരുന്നു. തറവാട്ടുകാരനായ ഒരു കൊച്ചനെക്കൊണ്ട് കൊച്ചുമോളെ കെട്ടിച്ചയക്കാൻ കാത്തിരിക്കുകയാണ് വല്യമ്മച്ചി. എന്നിട്ടുവേണം കണ്ണടയ്ക്കാനെന്ന്. അപ്പച്ചനാണെങ്കിൽ ഇഷ്ടംപോലെ പഠിക്കാനും വളരാനും സ്വാതന്ത്ര്യം തന്നിരിക്കുന്ന വിശാലഹൃദയനും. സ്നേഹവും വാത്സല്യവും അമ്മച്ചിയുടെ പങ്കുകൂടി തന്നാണ് തന്നെ വളർത്തിയത്. എന്നാലും മകളുടെ മനസ്സിലിരുപ്പ് അറിയുമ്പോൾ ഭാവം മാറുമെന്ന് ഉറപ്പായിരുന്നു.

ഇനി കാണുമ്പോൾ ഇത്തരം കാര്യങ്ങളൊക്കെ 'സാറി'നോട് സംസാരിക്കണം. വേണ്ട തീരുമാനങ്ങളൊക്കെ എടുക്കാനുള്ള സമയമായി. അവൾ കരുതി.

മൂർത്തിയുടെ പക്വതയാർന്ന പെരുമാറ്റംമൂലം ഞങ്ങളുടെ ബന്ധം രഹസ്യമായി സൂക്ഷിക്കാൻ കഴിഞ്ഞു. കോളേജിലെ മരത്തണലിലും ലതാഗൃഹങ്ങളിലും സല്ലപിക്കുന്ന പ്രണയജോഡികളുടെ കൂട്ടത്തിൽ ഞങ്ങളെ ആർക്കും കണ്ടെത്താനാവില്ല. ഞാൻ ആദ്യവർഷം പൂർത്തിയാക്കിയതോടെ പുള്ളിക്കാരൻ കോളേജ് വിട്ടിരുന്നു. ഞായറാഴ്ചകളിൽ പള്ളിയിൽ പോകാനനുവാദം വാങ്ങി ഞാനെത്തും. ബസ്സ്റ്റോപ്പിൽ ഞങ്ങൾ കണ്ടുമുട്ടും. വർഷാവസാനപരീക്ഷ കഴിഞ്ഞ ദിവസം ഞങ്ങൾ മൂർത്തിയുടെ വീട്ടിൽ പോയിരുന്നു. ഉത്തരവാദിത്തങ്ങൾ വളരെയുള്ള ഒരുകുടുംബനാഥന്റെ മുഖമാണ് 'സാറി'നവിടെ. വൃദ്ധയായ പാട്ടിക്കും വിധവയായ ഇളയമ്മയ്ക്കും വിവാഹപ്രായമെത്തിയ അനുജത്തിക്കും ഒക്കെയുള്ള ഏകആശ്രയം.

തിരിച്ചുപോരുമ്പോൾ മെല്ലെ പറഞ്ഞു, 'നോക്ക്, നീ കുറച്ചു കാത്തിരിക്കേണ്ടിവരും. അനുജത്തിയെ വിവാഹം കഴിപ്പിച്ചിട്ടേ നമ്മുടെ കാര്യം ചിന്തിക്കാനാവൂ.'

'ങ്ഹും.' യാത്ര പറയുമ്പോൾ രണ്ടുപേർക്കും വളരെ പ്രയാസമനുഭവപ്പെട്ടു.

കൃത്യം മൂന്നുമണിക്ക് സുമം വാതിലിൽ മുട്ടി. ആകാംക്ഷ പുറത്തു കാട്ടാതെ സിസ്റ്റർ അന്നയെ കാത്തിരുന്നു. അച്ഛനും മകളും കടന്നുവന്നു.

ഇരിക്കാൻ പറഞ്ഞിട്ട് മകളോട് ചോദിച്ചു. 'പേരെന്താ?'

'അന്നപൂർണ.'

സർട്ടിഫിക്കറ്റുകൾ പരിശോധിച്ചെന്നു വരുത്തി തിരിച്ചുകൊടുക്കുമ്പോൾ പറഞ്ഞു. 'ഫീസടച്ച് ചേർന്നോളൂ.'

അവർ നന്ദി പറഞ്ഞ് എഴുന്നേറ്റു.

'അച്ഛനോടല്പം സംസാരിക്കാനുണ്ട്. അന്നപൂർണ പുറത്തു കാത്തുനിന്നോളൂ.'

സാറ് എന്നെ തിരിച്ചറിഞ്ഞില്ലല്ലോ എന്നതിൽ ഖേദം തോന്നി.

എന്താണ് സംസാരിക്കാനുണ്ടെന്ന് പറഞ്ഞത് എന്ന അർത്ഥത്തിൽ മുഖത്തേക്ക് ഉറ്റുനോക്കുകയായിരുന്നു മൂർത്തി. ആ മുഖത്ത് വിവിധ വികാരങ്ങൾ മാറിമറിയുന്നത് കണ്ടപ്പോൾ തൃപ്തി തോന്നി.

'സംശയിക്കണ്ട. സാറിന്റെ സൂസന്ന തന്നെ.'

മുഖത്തെ അപ്പോഴത്തെ വികാരം എന്തായിരുന്നു ആവോ.

കോപമോ ശാപമോ അതോ നിരാശയോ?

എന്തായാലും സമചിത്തത വീണ്ടെടുത്ത് പഴയ ഗൗരവക്കാരനാകാൻ അദ്ദേഹത്തിന് നിമിഷങ്ങൾതന്നെ വേണ്ടിവന്നില്ല. ചുരുക്കത്തിൽ പറഞ്ഞൊപ്പിച്ചു.

'അന്നു കോളേജിൽനിന്നു വന്നുകയറിയത് കല്യാണപ്പന്തലിലേക്കായിരുന്നു എല്ലാവരും. 'മനസുചോദ്യത്തിന്' തന്നോട് ഒരു വാക്കുപോലും പറയാതെ കാര്യങ്ങൾ ഇത്രടംവരെ എത്തിച്ചതിൽ അമർഷം തോന്നി. വല്യമ്മച്ചിയുടെ അന്ത്യാഭിലാഷം നിറവേറ്റുവാൻ വേണ്ടി അച്ഛന് അങ്ങനെ ചെയ്യേണ്ടിവന്നു. പക്ഷെ, ജീവിതം തന്റേതാണ്. പ്രതിഷേധിക്കാതിരിക്കാൻ കഴിഞ്ഞില്ല. എല്ലാം തുറന്നു പറഞ്ഞപ്പോഴേക്കും സ്വപ്നങ്ങളെല്ലാം തകർന്നുവീണു. അമ്മച്ചിയുടെ വൃദ്ധഹൃദയത്തിനത് താങ്ങാനായില്ല. അപ്പച്ചന്റെ ദുഃഖം തന്നെ വല്ലാതെ തളർത്തി. അല്പം ആശ്വാസത്തിനായി ഞാൻ കർത്താവിന്റെ മണവാട്ടിയാകാൻ തീരുമാനിച്ചു. സാറിനെ മനഃപൂർവ്വം അറിയിക്കാഞ്ഞതാണ്. കാലം എന്നെ മറക്കാൻ പഠിപ്പിക്കുമെന്നും സാറ് പുതിയ ജീവിതം കണ്ടെത്തുമെന്നും ഞാൻ വിശ്വസിച്ചു.'

ഒരു നിമിഷം എനിക്കേറെ പ്രിയങ്കരമായിരുന്ന ആ പുഞ്ചിരി മുഖത്ത് തെളിഞ്ഞു.

'അതെ ഞാനെന്റെ വഴിയും കണ്ടെത്തി. അനാഥയായ ഈ പെൺകുട്ടിക്ക് എല്ലാമെല്ലാമാണ് ഞാൻ. അച്ഛനും അമ്മയും ഗുരുനാഥനും ചങ്ങാതിയും എല്ലാം. എനിക്കവളും അവൾക്ക് ഞാനും മാത്രം ഈ ഭൂമിയിൽ.'

അടഞ്ഞ വാതിലിൽ നോക്കി സിസ്റ്റർ തരിച്ചുനിന്നു.

ശ്രീദേവി

പച്ചച്ചായം തേച്ച ഗേറ്റു കടന്ന് ചന്ദ്രന്റെ കാർ മുറ്റത്തെത്തി.

ചിരിക്കുന്ന മുഖവുമായി അമ്മ വരാന്തയിൽ നിന്നിരുന്നു. അവൻ ഗൃഹാതുരത്വത്തോടെ ചിന്തിച്ചു. തന്റെ അമ്മയ്ക്ക് വയസ്സാവുകയാണല്ലോ. തലയിലെ വെള്ളിരേഖകളുടെ എണ്ണം കൂടിയിരിക്കുന്നു. സമാധാനം. ചിരിക്കുമ്പോൾ തെളിയുന്ന നുണക്കുഴികളും കണ്ണുകളിൽ സദാ കാണുന്ന തേജസ്സും അതുപോലെതന്നെയുണ്ട്, മാറ്റമില്ലാതെ.

ഡ്രൈവർ ഡോർ തുറന്നുകഴിഞ്ഞു. അവൻ ഉത്സാഹത്തോടെ പടികയറി അമ്മയെ ആശ്ലേഷിച്ചു.

'നീ വല്ലാതെ ക്ഷീണിച്ചുപോയല്ലോ മോനേ.'

മുടിയിൽ തഴുകിക്കൊണ്ട് അമ്മ വാത്സല്യപൂർവ്വം പറഞ്ഞു.

'അമ്മയ്ക്കു തോന്നുന്നതാ. സ്നേഹക്കൂടുതൽകൊണ്ട്.'

അമ്മയെ ചേർത്തുപിടിച്ച് അവൻ അകത്തേക്കു കയറി.

'അമ്മയുടെ നല്ല ആഹാരമൊക്കെ കഴിച്ച് പോകാറാകുമ്പോൾ ഞാനൊരു ആനക്കുട്ടനായി മാറിയേക്കാം. എന്താ.'

'ങ്ഹാ നിന്റെ അമ്മ ചിരഞ്ജീവിയാണല്ലോ' എന്നു പറഞ്ഞുകൊണ്ട് അമ്മ അടുക്കളയിലേക്കു കയറി. വിവാഹം കഴിക്കാത്തതിന്റെ പിണക്കമാണ് അമ്മയ്ക്ക്. അതാണ് ആ കുറ്റപ്പെടുത്തലിന്റെ ധ്വനി.

ഗൂഢമായൊരു പുഞ്ചിരിയോടെ മകൻ മുകളിലെ സ്വന്തം മുറിയിലേക്കും കയറി. മുറിയെല്ലാം വളരെ വൃത്തിയാക്കിവെച്ചിട്ടുണ്ട്. കർട്ടനുകളെല്ലാം പുതിയതാണ്. ഷെൽഫിൽ പുസ്തകങ്ങൾ ഭംഗിയായി അടുക്കിവെച്ചിരിക്കുന്നു. എല്ലാം ശ്രീദേവിയുടെ പണിയായിരിക്കും. അവളെ ഓർത്തപ്പോൾ മനസ്സിലെവിടെയോ ഒരു നൊമ്പരം തോന്നി.

കുട്ടിമാമന്റെ ഏകമകളാണ് ശ്രീദേവി. അച്ഛന്റെ മരണശേഷം ഞങ്ങൾക്കുവേണ്ട സഹായമൊക്കെ ചെയ്തത് മാമനാണ്. നഗരത്തിൽ ഒറ്റയ്ക്കു കഴിയേണ്ടെന്ന് പറഞ്ഞ് തറവാടിനടുത്ത് ഞങ്ങൾക്കായി ഈ വീടുവച്ചുതന്നതും അദ്ദേഹംതന്നെ. അമ്മയ്ക്കു സഹായത്തിനായി അയൽപക്കത്തൊരു സ്ത്രീയെയും ഏർപ്പാടാക്കി. ആ തണലും സാന്ത്വനവും ഞങ്ങൾക്കെന്നും സ്വന്തമായിരുന്നു.

ചന്ദ്രൻ ജനൽ തുറന്ന് കർട്ടൻ നീക്കിയിട്ടു. കുളപ്പുര കെട്ടിയ കടവും കരയിലെ ഇലഞ്ഞിമരവും അയാളിൽ ഓർമ്മകളുണർത്തി. പണ്ട് അമ്മയും അമ്മായിയും കുളികഴിഞ്ഞ് വരുന്നതുവരെ ഞങ്ങൾ- ഞാനും ശ്രീദേവിയും വേലക്കാരിയുടെ മകൾ സുമിയും അവിടെയാണ് കളിച്ചുകൊണ്ടിരിക്കാറ്. ചിലപ്പോൾ കളിവീടുണ്ടാക്കും. അല്ലെങ്കിൽ ഇലഞ്ഞിമരത്തിൽ കെട്ടിയ ഊഞ്ഞാലിൽ ആടും. കൂട്ടത്തിൽ കുഞ്ഞ് സുമിയായതുകൊണ്ടാവും അവൾക്ക് വാശി കൂടുതലായിരുന്നു. എത്ര ആട്ടിയാലും അവൾ ഊഞ്ഞാലിൽനിന്നിറങ്ങില്ല. ശ്രീദേവി അവളുടെ വാശിയൊക്കെ അനുവദിച്ചുകൊടുക്കുകയും ചെയ്യും. ഞാൻ എതിർക്കുമെങ്കിലും അവളുടെ ഭംഗിയുള്ള വലിയ കണ്ണുകൾ നിറഞ്ഞുകാണുമ്പോൾ എനിക്കും ദുഃഖം തോന്നിയിരുന്നു.

വളർന്നപ്പോൾ അവൾ ആകെ മാറിപ്പോയി. സംസാരംതന്നെ കുറവായി. എന്തെങ്കിലും ചോദിച്ചാൽ ഒറ്റ വാക്കിൽ മറുപടി. ക്രമേണ ആ മൗനം വാചാലമാണെന്ന് എനിക്കു മനസ്സിലായി. എന്റെ അഭാവത്തിൽ എന്നെ ശ്രദ്ധിക്കുകയും കണ്ണിൽപെട്ടാൽ ഓടിമറയുകയും ചെയ്യുന്ന ഒരു പ്രത്യേക പ്രതിഭാസം അവളിൽ വളരുന്നത് ഞാനറിഞ്ഞു. അറിയാതെ ഞാനും അതൊക്കെ ഇഷ്ടപ്പെടാൻ തുടങ്ങി. ശ്രീദേവി ഇതൊന്നുമറിയാതെ ഞങ്ങളുടെ കുട്ടിസംഘത്തിന്റെ നേതാവായി വാഴുകയായിരുന്നു. അമ്മാവന്റെ അടുത്ത് അവൾക്കുള്ള സ്വാതന്ത്ര്യം കണക്കിലെടുത്ത് ഞങ്ങളാ നേതൃത്വം അംഗീകരിച്ചുകൊടുക്കുകയും ചെയ്തു.

കാലം ഓടുകയായിരുന്നു. ഞങ്ങൾക്ക് പിരിയാനുള്ള സമയമായി. ഞാൻ ഒന്നാമനായി ഡിഗ്രി ജയിച്ചു. എന്നെ പട്ടണത്തിലെ കോളേജിൽ ഉപരിപഠനത്തിനയക്കാനാണ് അമ്മാവൻ തീരുമാനിച്ചത്. അവധിക്കു വരുമ്പോൾ പഠിത്തത്തെപ്പറ്റിയും കൂട്ടുകാരെപ്പറ്റിയുമൊക്കെ ചോദിച്ചറിയാൻ ശ്രീദേവിക്കു ആയിരം നാവാണ്. സുമി കേൾവിക്കാരിയായി പിറകിലുണ്ടാവും. അവസാനവർഷം പഠിപ്പിന്റെ തിരക്കുമൂലം ഞാൻ നാട്ടിൽ വരികയുണ്ടായില്ല. ജീവിതത്തെപ്പറ്റി

ഗൗരവമായി ചിന്തിക്കേണ്ടിയിരുന്നു.

സുമിയുമായുള്ള ഒരു ജീവിതം വേണമെങ്കിൽ സ്വാഭാവികമായും വീട്ടുകാരുടെ എതിർപ്പിനെ നേരിട്ടേ പറ്റൂ. അതുകൊണ്ട് റിസൽട്ട് അറിഞ്ഞ് എന്റെ പ്രൊഫസറുടെ സഹായത്തോടെ ഒരു ജോലിയും നേടിയ ശേഷമേ ഞാൻ നാട്ടിലെത്തിയുള്ളു. തന്നെയുമല്ല, തന്റെ സാമീപ്യം പെൺകുട്ടികളുടെ പഠിത്തത്തെ ബാധിക്കരുതെന്നും ഉദ്ദേശമുണ്ടായിരുന്നു.

എന്നാൽ എന്റെ പ്രതീക്ഷകളെല്ലാം തകിടം മറിച്ച സംഭവങ്ങളാണ് അവിടെ എന്നെ കാത്തിരുന്നത്. വീട്ടിലെ ജോലി ഉപേക്ഷിച്ച് സുമിയുടെ അമ്മ അവളെയും കൊണ്ട് എങ്ങോ പോയിക്കഴിഞ്ഞിരുന്നു. എവിടെ പോയെന്നോ എന്തിനു പോയെന്നോ ഒന്നും വ്യക്തമല്ല. അമ്മയോട് ചോദിച്ചപ്പോൾ അവളുടെ വിവാഹം നടത്താൻ അകലെയുള്ള ഒരു ബന്ധുവിന്റെ വീട്ടിലേക്കു പോയതാണെന്നു പറഞ്ഞു. കൂടുതലൊന്നും അമ്മയ്ക്കറിയില്ലത്രെ.

ഞാനാകെ തകർന്നുപോയി. എന്നോട് ഒരു വാക്കുപോലും പറയാതെ അവൾക്കെങ്ങനെ പോകാൻ കഴിഞ്ഞു. ശ്രീദേവിക്കെങ്കിലും വല്ലതും അറിയാമായിരിക്കും. അവളോട് നേരിട്ടെങ്ങനെ ചോദിക്കും. അതിനും മടി തോന്നി. സുമിയുടെ കൂട്ടുകാരിയല്ലേ. ഹൃദയത്തിൽ സൂക്ഷിച്ച രഹസ്യം അവളോട് പറഞ്ഞിരിക്കുമോ? എനിക്കുള്ള വല്ല സന്ദേശവും കൊടുത്തിരിക്കുമോ? മനസ്സാകെ നൂറുനൂറു സംശയങ്ങളായിരുന്നു. പലഹാരപ്പൊതിയും നാട്ടുവിശേഷങ്ങളുമായി എന്നെ സ്വീകരിക്കാൻ ഓടിയെത്താറുള്ള പതിവ് അവളും തെറ്റിച്ചിരിക്കുന്നു. ആകെ എന്തോ ഒരു പന്തികേട് അനുഭവപ്പെട്ടു. ഒടുവിൽ വിങ്ങുന്ന മനസ്സുമായി പുറത്തേക്കിറങ്ങി. അമ്പലത്തിലേക്കുള്ള വഴിയിൽവെച്ച് അമ്മാമനും ശ്രീദേവിയും എതിരെ വരുന്നതു കണ്ടു. അമ്മാമൻ ചിരിച്ചുകൊണ്ട് അടുത്തുവന്നു.

'ങ്ഹാ ചന്ദ്രനോ, ഒന്നാമനായി ജയിച്ചതിനും ജോലി കിട്ടിയതിനും ഒക്കെ നേരിൽ വന്ന് നിന്നെ അനുമോദിക്കണമെന്നു കരുതിയിരിക്കുകയായിരുന്നു. എല്ലാം നന്നായി. ദൈവാനുഗ്രഹം. നിന്റെ അമ്മയ്ക്ക് സന്തോഷമായിട്ടുണ്ടാകും. ഇനി നമുക്ക് ചില വീട്ടുകാര്യങ്ങളൊക്കെ തീരുമാനിക്കാനുണ്ട്. നീ അമ്മയെയും കൂട്ടി അങ്ങോട്ടു വാ.'

'ശരി അമ്മാവാ.'

'ശ്രീദേവി എന്താ വലിയ ഗൗരവത്തിലാണല്ലോ. കൂട്ടുകാരി എവിടെ?'

ശ്രീദേവി ഒന്നും പറയാതെ മുഖം കനപ്പിച്ചുനിന്നതേയുള്ളു.

അമ്മാവൻ പെട്ടെന്നു പറഞ്ഞു, 'നീ ഒന്നും അറിഞ്ഞില്ലേ, ആ ഭാർഗ്ഗവി അവളെയും കൊണ്ടു സ്ഥലം വിട്ടു. അവൾക്ക് ഉടനെ സുമിയുടെ കല്യാണം നടത്തണമത്രെ. അവൾക്കാണെങ്കിൽ ഒട്ടും സമ്മതവുമല്ല. ശ്രീദേവിയുടെ കൂടെ ഇനിയും പഠിക്കണമെന്ന് ആവുന്നതും പറഞ്ഞുനോക്കി. ആ അമ്മയ്ക്കെന്തോ വാശി പോലെ. എന്തൊക്കെയോ വിളിച്ചുപറയുന്നുണ്ടായിരുന്നു അവർ. ആ പാവം പെണ്ണ്. അവൾ പ്രേമിക്കാൻ നടക്കുന്നൂന്നോ ഭാർഗ്ഗവി നന്ദികെട്ടവളല്ലെന്നോ അങ്ങനെ എന്തൊക്കെയോ....എനിക്കൊന്നും മനസ്സിലായില്ല. ഒന്നറിയാം. രണ്ടാളും സ്ഥലം വിട്ടിരിക്കുന്നു.'

'നമുക്കു പോകാം അച്ഛാ.' ശ്രീദേവി നടന്നുതുടങ്ങി.

എനിക്കും പിന്നെ അവിടെ നൽക്കണമെന്നു തോന്നിയില്ല. വീട്ടിലേക്കുതന്നെ മടങ്ങി. ജോലിക്കു ചേരാൻ സമയമായെന്നു പറഞ്ഞ് രാവിലെത്തന്നെ അവിടെനിന്നു പോന്നു.

അമ്മ വിളിക്കുന്ന ശബ്ദം കേട്ടു.

'ഇതാ വരുന്നമ്മേ.'

പെട്ടെന്നു കുളിച്ചു തയ്യാറായി ഉണ്ണാനിരുന്നു. നാട്ടുവിശേഷങ്ങളുമായി അമ്മ അരികിലിരുന്നു. അമ്മാമന്റെ പെട്ടെന്നുള്ള മരണം അമ്മയെയും ശ്രീദേവിയെയും ഒരുപോലെ തളർത്തി. അവർ പരസ്പരം തണലായി ദിവസങ്ങൾ തള്ളിനീക്കി. ശ്രീദേവി ക്രിസ്ത്യാനികൾ നടത്തുന്ന ഒരു സ്ഥാപനത്തിൽ....

പകുതി ആത്മഗതമെന്നോണം അമ്മ പറഞ്ഞു, 'അവളെ നിന്നെ ഏല്പിച്ചിട്ട് കണ്ണടയ്ക്കണമെന്നുണ്ടായിരുന്നു എനിക്ക്.'

തനിക്കു കുറ്റബോധമുണ്ടായി, സ്വാർത്ഥതാല്പര്യത്തിന് മുൻഗണന കൊടുത്ത് ഒരു വികാരജീവിയായി മാറിയതിൽ. വളർത്തിക്കൊണ്ടുവന്നവരോടുള്ള കടപ്പാടൊക്കെ മറക്കാൻ തനിക്കു കഴിഞ്ഞല്ലോ. ലജ്ജ തോന്നി.

ഉറങ്ങാൻ കിടന്നപ്പോൾ ഒരു തീരുമാനത്തിലെത്തി.

നാളെത്തന്നെ ശ്രീദേവിയെ ചെന്നുകാണണം.

വിടരുംമുമ്പേ

അന്നു സുരബാലയുടെ വിവാഹമായിരുന്നു. ബാലകൃഷ്ണൻനായരുടെ മനസ്സിൽ ഏതോ ദൗത്യം പൂർത്തിയാക്കിയ സംതൃപ്തി അനുഭവപ്പെട്ടു. പൂജാമുറിയിലെ ഭാര്യയുടെ ചിത്രത്തിനുമുമ്പിൽ അയാൾ ഹൃദയം തുറന്നു.

'തുളസീ, ഇന്ന് നമ്മുടെ മോൾ വിവാഹിതയായി. വർഷങ്ങൾക്കു മുമ്പ് നീ എന്നെ ഏൽപ്പിച്ചുപോയ അവളിന്ന് എത്ര സുന്ദരിയായിരിക്കുന്നുവെന്നോ. അവളുടെ വളർച്ചകാണാൻ നീയും എന്നോടൊപ്പം ഉണ്ടായിരുന്നു. അതറിയാമല്ലോ. ഇല്ലെങ്കിൽ എനിക്കു ഒറ്റയ്ക്ക് ഇത്രടം എത്താൻ കഴിയുമായിരുന്നില്ല. ചെറുപ്പത്തിൽ അവൾക്കു രോഗം വന്നപ്പോഴും, വളർന്നപ്പോൾ ചൊവ്വാദോഷം അവളുടെ വിവാഹം തടഞ്ഞപ്പോഴും ഒക്കെ എനിക്കു വഴികാട്ടിയായത് നീയായിരുന്നില്ലേ. ഒരാഴ്ച കഴിഞ്ഞാൽ അവർ ബോംബെയ്ക്കു പോകും. എന്നെ ഒറ്റക്കാക്കി പോകാൻ മോൾക്ക് വലിയ വിഷമം. ഞാൻ വഴി കണ്ടിട്ടുണ്ട്. ആശ്രമത്തിൽ എല്ലാ സൗകര്യവുമുണ്ട്. അവിടുത്തെ സ്വാമിജി പൂർവ്വാശ്രമത്തിൽ എന്റെ കൂട്ടുകാരൻ ഗോപാലൻകുട്ടിയായിരുന്നു. പണ്ടേ സമ്മതിച്ചിട്ടുണ്ട് മോൾടെ ചുമതല കഴിഞ്ഞാൽ കൂടെകൂട്ടാമെന്ന്.

സുരബാല ഭർത്താവിനോടു ചേർന്നിരുന്നുകൊണ്ട് പറഞ്ഞു, 'ജാതകത്തിലെ ദോഷങ്ങളാണ് നമ്മെ അടുപ്പിച്ചത്. അതുകൊണ്ട് ഇനി ദോഷങ്ങളൊന്നും നമ്മെ പിൻതുടരുകയില്ല.'

അയാൾ ചിരിച്ചുകൊണ്ട് അവളുടെ കരം ഗ്രഹിച്ചു.

'നിനക്ക് ഇതിലൊക്കെ വിശ്വാസമുണ്ടോ?'

അപ്പോൾ ശബ്ദം താഴ്ത്തി കുസൃതിയോടെ അവൾ പറഞ്ഞു, 'ഇപ്പോൾ അതൊന്നും ചിന്തിക്കാനുള്ള നേരമല്ല. അവസരത്തിനൊത്തു പ്രവർത്തിക്കാൻ പഠിച്ചാൽ പിന്നെന്തു ദോഷം.'

Smitha

മധുവിധുവിന്റെ നാളുകൾ ഓടിയകന്നു.

മധുവിനു ജോലിയിൽ പ്രവേശിക്കാൻ നേരമായി. അതോടെ ബാലയ്ക്ക് വല്ലാത്ത ഏകാന്തത തോന്നിത്തുടങ്ങി.

അയാൾ വലിയൊരു കമ്പനിയുടെ മാർക്കറ്റിംഗ് മാനേജരാണ്. അധികസമയവും ടൂറിലായിരിക്കും. ഒറ്റയ്ക്ക് ഇരുന്ന് മുഷിഞ്ഞപ്പോൾ ബാലയ്ക്കു തോന്നി, താനും ജോലിക്കു പോയാലോ എന്ന്. വിദ്യാസമ്പന്നയായ അവൾക്ക് പെട്ടെന്നുതന്നെ ഒരു നല്ല ജോലി കിട്ടി.

അത്തവണ ടൂർ കഴിഞ്ഞെത്തിയ ഭർത്താവിനോട് അവൾ കാര്യങ്ങളൊക്കെ പറഞ്ഞു.

ദേഷ്യപ്പെടുമോ, അനുവദിക്കുമോ എന്നൊക്കെ പേടിയുണ്ടായിരുന്നു. 'അപ്പോൾ എന്നെ ഒറ്റയ്ക്കു വിടാനാണ് ഭാവം അല്ലേ' അതായിരുന്നു പ്രതികരണം.

'അതല്ല മധുവേട്ടാ, ഒറ്റയ്ക്ക് ആയതു ഞാനല്ലേ. ആ മുഷിപ്പു മാറ്റാൻ വെറുതെ അപേക്ഷിച്ചതാണ്. കിട്ടിക്കഴിഞ്ഞപ്പോൾ വേണ്ടെന്നുവെക്കാൻ തോന്നുന്നില്ല. പ്രശസ്തമായ സ്ഥാപനമല്ലേ. അധികം ദൂരത്തും അല്ല. മുടക്കദിവസങ്ങളിൽ ഞാനിങ്ങു പറന്നെത്തും. അതു പോരേ.'

നയത്തിൽ പറഞ്ഞു സമ്മതിപ്പിച്ചു.

രണ്ടാൾക്കും വേർപാടിന്റെ വേദന അസഹ്യമായിരുന്നു. ക്രമേണ ഉദ്യോഗത്തിന്റെ ഉത്തരവാദിത്തം കൂടിതയോടെ ജീവിതം കൂടുതൽ തിരക്കിട്ടതായി. അതോടെ വിരഹത്തിന് ദൈർഘ്യം ഏറിവന്നു. വാരാന്ത്യങ്ങളിൽ ഒത്തുകൂടാൻ വയ്യാതായി. ഇങ്ങനെ മാസങ്ങൾ കഴിഞ്ഞപ്പോൾ ബാലയ്ക്ക് ഒരവസരം വീണുകിട്ടി. ജോലിത്തിരക്കെല്ലാം കുറഞ്ഞു. ഒരാഴ്ച ലീവെടുത്ത് അവൾ വീട്ടിലേക്കു തിരിച്ചു. വിവരം പറയാൻ ഓഫീസിലേക്ക് വിളിച്ചപ്പോഴാണ് അറിഞ്ഞത് പുള്ളിക്കാരൻ സ്ഥലത്തില്ലെന്ന്. തലേന്നു വിളിച്ചപ്പോഴൊന്നും പറഞ്ഞിരുന്നില്ല. ഏട്ടനെപ്പോഴും പെട്ടെന്നുള്ള തീരുമാനങ്ങളാണ്. അപ്രതീക്ഷിതമായ സമാഗമത്തിന്റെ ആവേശമോർത്ത് അവൾ ഊറിച്ചിരിച്ചു.

ഗേറ്റുകടന്നപ്പോൾ പോർച്ചിൽ കാർ കിടക്കുന്നതു കണ്ടു. പുള്ളിക്കാരൻ തിരിച്ചെത്തിയിരിക്കുന്നല്ലോ. അവൾ ധൃതിവെച്ച് ഗോവണിപ്പടികൾ ഓടിക്കയറി. ഡോർ ബെല്ലടിച്ച് അവൾ മാറിനിന്നു. പെട്ടെന്നു തന്നെ കാണുമ്പോഴുണ്ടാകുന്ന ഭാവം നേരിട്ടുകാണാൻ രസം തോന്നി. കാണാതാവുമ്പോൾ തിരക്കി പുറത്തിറങ്ങുന്നതും

കാത്തുനിന്ന അവൾ കേട്ടു, ഒരു സ്ത്രീ ശബ്ദം.'ആരെയും കാണുന്നില്ലല്ലോ സാർ.'

ആവേശത്തിൽ താൻ മുറിതെറ്റി ബെല്ലടിച്ചോ. അവൾ എത്തിനോക്കി. ഒരു സ്ത്രീ വാതിൽക്കൽനിന്നു ചുറ്റും നോക്കുന്നത് വ്യക്തമായി കണ്ടു.

'ആരെങ്കിലുമാകട്ടെ. നീ ആ കതകടച്ചിങ്ങു പോരേ.'

അത് അദ്ദേഹത്തിന്റെ ശബ്ദം തന്നെയാണല്ലോ. സ്വന്തം കാതുകളെ വിശ്വസിക്കാനാവുന്നില്ല.

സംഭവിച്ചത് എന്താണെന്നു ചിന്തിക്കുമ്പോഴേക്കും ആ വാതിൽ അവൾക്കുമുമ്പിൽ കൊട്ടിയടക്കപ്പെട്ടു.

ഒരു നവവധുവിന്റെ പാരവശ്യത്തോടെ ഭർത്താവിനെ സമീപിച്ച അവൾക്ക് ആ അനുഭവം സഹിക്കാനായില്ല. കണ്ണിൽ ഇരുട്ടു കയറുന്നതുപോലെ തോന്നി. അല്പനേരം അവൾ തളർന്നിരുന്നു. തളർച്ച വിട്ടെഴുന്നേറ്റപ്പോൾ അവജ്ഞ തോന്നി. താനില്ലാത്ത സമയംനോക്കി സ്വന്തം മുറിയിൽ അന്യസ്ത്രീയുമായി! ഛെ മധുവേട്ടൻ ഇത്ര അധഃപതിച്ചോ? തന്നോടുകാണിച്ച സ്നേഹവും പരിഗണനയുമൊക്കെ വെറും കാപട്യമായിരുന്നോ? ആത്മാഭിമാനത്തിന് മുറിവേറ്റതായി അവൾക്കുതോന്നി. ഒരു വിചാരണയ്ക്ക് അവൾ മുതിർന്നില്ല. അദ്ദേഹം സ്വതന്ത്രനായി ജീവിച്ചോട്ടെ. ഒന്നും സംഭവിച്ചിട്ടില്ലാത്ത മട്ടിൽ അവൾ ജോലിസ്ഥലത്തേക്കു മടങ്ങി.

രാവേറെ ചെന്നിട്ടും സുരബാലയ്ക്ക് ഉറങ്ങാനായില്ല. സുപ്രധാനമായ തീരുമാനങ്ങളാണ് രൂപം കൊള്ളുന്നത്. കുറേനേരം ചിന്തിച്ചും വെട്ടിയും തിരുത്തിയും അവൾ അതിനു അന്തിമരൂപം നൽകി.

വിദേശത്ത് അയച്ച് പരിശീലനം നൽകാൻ കമ്പനി തെരഞ്ഞെടുത്തവരുടെ കൂട്ടത്തിൽ അവളുടെ പേരും ഉണ്ടായിരുന്നു. ഇനിയിപ്പോൾ മധുവേട്ടന്റെ സമ്മതം ചോദിക്കേണ്ട ആവശ്യമില്ല. പോകാൻ തയ്യാറാണെന്ന് മേലധികാരിയെ അവൾ അറിയിച്ചപ്പോൾ അദ്ദേഹം ഏറെ അഭിനന്ദിച്ചു.

'നിങ്ങളെപ്പോലെ പ്രഗൽഭയായ ശാസ്ത്രജ്ഞരുടെ സേവനം നമുക്കാവശ്യമുണ്ട്. സ്ത്രീയായതുകൊണ്ട് കുടുംബപ്രശ്നങ്ങൾ പറഞ്ഞ് നിരസിക്കാതിരുന്നാൽ മതി.' അദ്ദേഹം പറഞ്ഞു.

യാത്രയെപ്പറ്റി കൂടുതൽ വിവരങ്ങൾ പറഞ്ഞുതന്നു.

താനടക്കം മൂന്നുപേരെയാണ് അയക്കുന്നത്. രണ്ടുവർഷത്തെ ഗവേഷണത്തിനുശേഷം അവിടെ തുടരണമെങ്കിൽ അതുമാവാം. ഒരാഴ്ചയ്ക്കുള്ളിൽ പുറപ്പെടണം.

എല്ലാ രാത്രിയിലും മധുവേട്ടന്റെ ഫോൺകോളുകൾ വരാറുണ്ട്. ആത്മാർത്ഥതയുടെ കണികപോലുമില്ലാത്ത ആ സംസാരം അവൾ ഒട്ടും ഇഷ്ടപ്പെട്ടിരുന്നില്ല. എന്നാൽ ഒന്നും പറയാതെയുള്ള ഒളിച്ചോട്ടം- അതും അവൾ ആഗ്രഹിച്ചില്ല. അതുകൊണ്ട് ഇപ്രകാരം ഒരെഴുത്തയക്കാൻ അവൾ തീർച്ചപ്പെടുത്തി.

മധുവേട്ടന്,

ഞാനടക്കമുള്ള മൂവർസംഘത്തെ കമ്പനി വിദേശത്ത് പരിശീലനത്തിന് അയക്കുകയാണ്. പെട്ടെന്നുണ്ടായ തീരുമാനമാണ്. അനുവാദം ചോദിക്കാനും കൂടുതൽ ചർച്ച ചെയ്യാനുംവേണ്ടി ഞായറാഴ്ച ഞാനവിടെ വന്നിരുന്നു. എനിക്കു അകത്തുവരാൻ കഴിഞ്ഞില്ല. പ്രവേശനം നിഷേധിച്ചു എന്നു പറയുന്നതാവും ഏറെ ശരി. അതുകൊണ്ട് ഞാൻ സ്വയം തീരുമാനമെടുത്തു. ഞങ്ങൾ നാളെ പുറപ്പെടുന്നു. നമ്മൾതമ്മിൽ ഒരു സമാഗമം-അതിനി ഉണ്ടാവില്ല. എല്ലാത്തിനും നന്ദി.

സുരബാല.

എഴുത്തു പോസ്റ്റു ചെയ്തുകഴിഞ്ഞപ്പോൾ സുരബാല ആശ്വാസം കൊള്ളുകയായിരുന്നു.

www.ingramcontent.com/pod-product-compliance
Lightning Source LLC
LaVergne TN
LVHW092053051026
849517LV00013B/2611